JOHN BUNYAN

THIÊN LỘ LỊCH TRÌNH CỦA CƠ ĐỐC NHÍ

MINH HỌA VÀ HIỆU ĐÍNH CHO THẾ HỆ MỚI

HÊ-BƠ-RƠ 11:13-16

Tất cả những người ấy đều chết trong đức tin, chưa nhận lãnh những điều đã hứa cho mình; chỉ trông thấy và chào mừng những điều ấy từ đằng xa, xưng mình là kiều dân và lữ khách trên đất.

Vì những người nói như thế, chứng tỏ rằng họ đang đi tìm một quê hương. Nếu họ đã nghĩ đến quê hương mà mình từ đó đi ra, thì họ cũng đã có cơ hội trở về.

Nhưng họ mong ước một quê hương tốt hơn, tức là quê hương trên trời, nên Đức Chúa Trời không hổ thẹn mà xưng mình là Đức Chúa Trời của họ, vì Ngài đã chuẩn bị cho họ một thành.

QUYỂN SÁCH NÀY THUỘC VỀ
MỘT CƠ ĐỐC NHÍ TÊN LÀ:

TỪ: NGÀY:

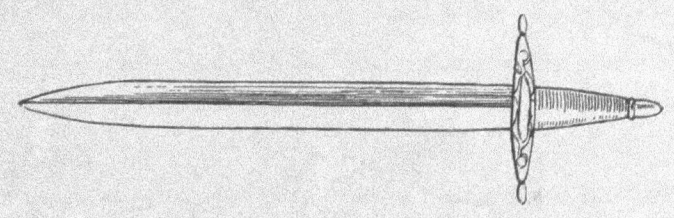

Thiên Lộ Lịch Trình Của Cơ Đốc Nhí
© 2020 của tác giả Tyler Van Halteren
Minh họa bởi Beatriz Mello
Mọi chi tiết trong quyển sách này không được phép in ấn hoặc tái bản dưới bất kỳ hình thức nào mà không được sự cho phép của tác giả hoặc đơn vị được uỷ quyền là Mục vụ Tiên Phong.
Ấn bản tiếng Anh in lần đầu tiên vào năm 2020.

Ấn bản tiếng Việt in lần đầu tiên vào năm 2024.
Mục vụ Tiên Phong chuyển ngữ và xuất bản tài liệu Cơ Đốc cho người Việt để rao truyền sự vinh hiển của Đức Chúa Trời vì sự vui mừng của người Việt, đặc biệt là qua sự chịu khổ, trong Đức Chúa Jêsus Christ.
Chuyển ngữ: Mục vụ Tiên Phong
Thiết kế: Mục vụ Tiên Phong
Website: www.tienphong.org
Email: info@tienphong.org

Tất cả trích dẫn Kinh Thánh trong quyển sách này đều được lấy từ *Bản dịch Truyền thống 1926* và *Bản dịch Truyền thống Hiệu đính* 2010 do Thánh Kinh Hội cho phép sử dụng.

DÀNH TẶNG

Hai con trai, Iver và Elias, cùng hết thảy Cơ Đốc nhí đang trên đường tiến về Thiên Thành.

THIÊN LỘ LỊCH TRÌNH

HÀNH TRÌNH VĨ ĐẠI

1. THÀNH HỦY DIỆT

(trang 15-31)

2. CÁI VŨNG LẦY

(trang 33-49)

3. NHÀ CỦA THÔNG THÁI

(trang 51-69)

4. NƠI GIẢI CỨU

(trang 71-87)

5. LÂU ĐÀI XINH ĐẸP

(trang 89-109)

6. TRỨNG SỈ NHỤC
(trang 111-131)

7. CHỢ HƯ HOA
(trang 133-157)

8. LÂU ĐÀI HOÀI NGHI
(trang 159-179)

9. NÚI LẠC SƠN
(trang 121-197)

10. THIÊN THÀNH
(trang 199-215)

GIỚI THIỆU

Vào năm 1661 có một người tên là John Bunyan bị ngồi tù vì rao giảng Kinh Thánh. Lúc bấy giờ, người ta không được phép dạy dỗ công khai, nhưng phải làm theo những quy định được nhà nước ban hành. John Bunyan có thể đã được tự do nếu ông hứa sẽ không giảng đạo nữa – nhưng ông không thể nín lặng trước lẽ thật của Đức Chúa Trời.

Ông đã phải ngồi tù mười hai năm. Ông đã đối diện với những khó khăn rất lớn. Nhưng Đức Chúa Trời có nhiều kế hoạch lớn dành cho ông. Trong khi ngồi tù, John Bunyan đã viết xong quyển sách Thiên lộ Lịch trình. Vài người nói đó là một quyển sách ngớ ngẩn và ông nên quăng vào thùng rác thì hơn. Nhưng ông đã in ra dù người ta nói gì đi nữa. Ngạc nhiên thay, quyển sách ấy đã trở nên nổi tiếng, thậm chí là cho đến ngày hôm nay nó vẫn còn rất nổi tiếng. Kỳ thực, đó là truyện được xuất bản và chuyển ngữ nhiều nhất trên thế giới, chỉ đứng sau Kinh Thánh.

Quyển sách – *Thiên lộ Lịch trình của Cơ Đốc nhí* – này dựa vào câu chuyện kinh điển của John Bunyan. Nội dung của sách vẫn theo sát bản gốc, cách trình bày được tối giản để các em thiếu nhi cảm thấy dễ đọc và dễ hiểu hơn.

Vì Thiên lộ Lịch trình đã truyền cảm hứng cho nhiều thế hệ Cơ Đốc, chúng tôi hy vọng quyển sách này cũng sẽ truyền cảm hứng cho các em nhỏ để bắt đầu hành trình tiến về Thiên Thành.

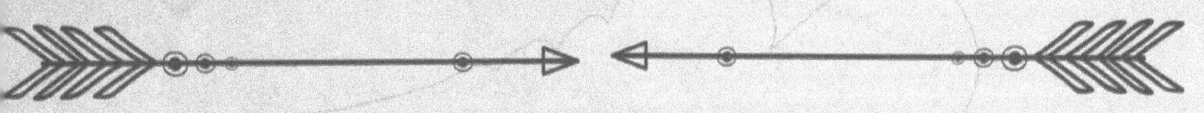

CHUYỆN NGỤ NGÔN LÀ GÌ?

Thiên lộ Lịch trình không chỉ là một câu chuyện bình thường. Câu chuyện được viết theo thể loại ngụ ngôn. Chuyện ngụ ngôn là một câu chuyện có ý nghĩa sâu sắc. Tất cả nhân vật và nơi chốn được đề cập trong truyện đều có ý muốn dạy dỗ chúng ta những bài học quan trọng. (Để phụ huynh giải thích ý nghĩa của ngụ ngôn, ở cuối mỗi chương sẽ có một tóm tắt và một câu hỏi hướng dẫn thảo luận vào cuối sách).

Câu chuyện này kể về một người thực hiện một hành trình vĩ đại. John Bunyan tin rằng cuộc đời Cơ Đốc giống như vậy, có nhiều niềm vui và thử thách trên đường về thiên quốc. Thiên lộ Lịch trình của John Bunyan kể lại trải nghiệm của một Cơ Đốc Nhân, nhưng muốn nói lên hành trình của tất cả Cơ Đốc nhân.

Câu chuyện này khám phá những chủ đề sinh động theo Kinh Thánh khi đồng hành với Cơ Đốc Nhân tiến về Thiên Thành. Cậu phải đối diện rất nhiều khó khăn ở trên đường. Cậu gặp những người muốn giúp mình cũng như muốn hại mình.

Khi bước vào hành trình với cậu ấy, chúng tôi mong bạn cũng sẽ được truyền cảm hứng để trở thành một Cơ Đốc nhí tiến về Thiên Thành nữa nhé.

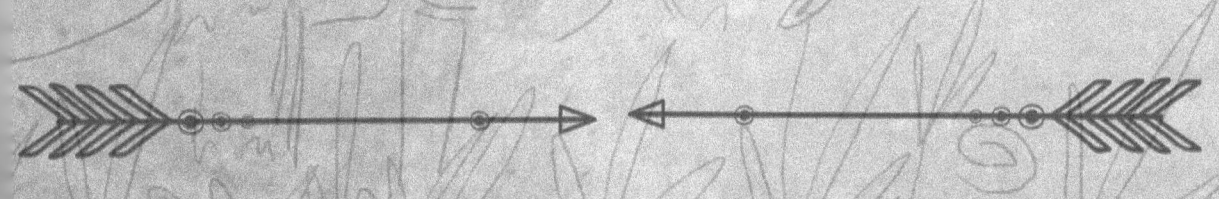

CHƯƠNG 1
THÀNH HỦY DIỆT

Khi đi qua miền đồng vắng của thế gian này, tôi tìm được một nơi yên ắng để nằm ngủ. Lúc đó, tôi bỗng có một giấc mơ.

Trong mơ, tôi thấy một cậu bé tên là Cơ Đốc Nhân ăn bận tả tơi. Cậu ấy cầm một quyển sách trong tay và mang trên lưng một gánh nặng rất to. Cậu than văn rằng: "Ôi, mình phải làm gì để được cứu?"

– Ở nhà, Cơ Đốc Nhân nói với gia đình rằng: "Gánh nặng trên lưng càng ngày càng to ra, còn quyển sách này nói thành của chúng ta sẽ bị lửa trời hủy diệt. Nếu chúng ta không có lối thoát, thì sẽ chết mất". Nhưng không ai tin cậu cả.

– Họ nói: "Anh đang bệnh đấy! Hãy vào giường nằm nghỉ đi".

Nhưng ban đêm cũng kinh khủng như ban ngày! Thay vì ngủ, Cơ Đốc Nhân thức cả đêm. Cậu khóc than thở về những gì đã đọc ở trong sách.
– Khi trời sáng, cả nhà hỏi: "Anh khỏe hơn chưa?"
– Cơ Đốc Nhân trả lời: "Tệ hơn. Chúng ta đang sống trong Thành Hủy Diệt. Chúng ta phải đi ngay!"

Cơ Đốc Nhân đọc về Thiên Thành, về Đức Vua tốt bụng và yêu thương đã mời mọi người đến sống với Ngài.
– Cơ Đốc Nhân nói tiếp: "Đức Vua đã mời hết thảy chúng ta đến Thiên Thành. Xin hãy đi cùng mình!"

Nhưng gia đình cậu tức giận.
– "Đừng nói mấy chuyện cổ tích nữa!"
Họ muốn thay đổi suy nghĩ của Cơ Đốc Nhân. Họ chê bai và bắt nạt cậu, có lúc không thèm để ý đến cậu nữa. Nhưng Cơ Đốc Nhân vẫn tin vào quyển sách.

Cơ Đốc Nhân cầm quyển sách ra đồng ngồi đọc một mình. Cậu rất muốn đến Thiên Thành. Cậu nghĩ: "Nếu mình bị lạc thì sao? Làm sao đi xa với gánh nặng trên lưng thế này đây".

– Có người gọi cậu: "Con đang lo lắng gì thế?" Một ông lớn tuổi tên là Truyền Đạo. Cơ Đốc Nhân ngẩng lên nói: "Quyển sách này nói thành của cháu sẽ bị lửa trời hủy diệt. Cháu sợ lắm! Cháu chưa muốn chết". Ông Truyền Đạo lấy một tờ giấy ra. Do chính tay Đức Vua viết. Cơ Đốc Nhân mở ra đọc: "Hãy mau ra khỏi Thành Hủy Diệt. Đến ở trong thành của ta. Ta sẽ bảo vệ và gìn giữ con đến đời đời".

– Cơ Đốc Nhân hỏi ông Truyền Đạo rằng: "Ông nghĩ điều này có thật không? Thành của cháu sẽ bị hủy diệt phải không? Thiên Thành có thật không?"
– Ông Truyền Đạo nói: "Có. Mọi lời đều là thật. Đức Vua đã viết rồi đấy! Ngài không hề nói dối. Cháu có muốn đến Thiên Thành không?"

– Cơ Đốc Nhân trả lời: "Dạ có, cháu muốn tới đó ngay!"
– Ông Truyền Đạo chỉ ra xa. "Cháu có thấy ánh sáng đằng kia không? Hãy đi theo ánh sáng ấy cho đến khi đến Cửa Hẹp. Khi đến nơi, Thiện Tâm sẽ cho cháu biết phải làm gì".

Cơ Đốc Nhân chạy nhanh đến chỗ ánh sáng ở đằng xa, băng qua trung tâm của thị trấn. Mọi người thấy cậu liền hô lên: "Đi đâu thế? Cơ Đốc Nhân ơi, quay lại đi, đừng có dại dột!"

Có người cười cậu và gọi cậu bằng nhiều cái tên, cũng có người buồn khi thấy cậu đi.

Cơ Đốc Nhân không ngó lại đằng sau. Cậu tiếp tục chạy và kêu lên: "Tôi muốn sống! Sống thật! Sống đời đời!"

Hai cậu trai từ thị trấn tên là Cố Chấp và Ba Phải đuổi theo cậu. Họ với gọi: "Chậm lại! Chờ chúng tôi với!" Cố Chấp là đứa cứng đầu đã đuổi kịp Cơ Đốc Nhân. Nó nắm tay Cơ Đốc Nhân mà nói rằng: "Hãy quay lại ngay. Đừng có dại dột như thế!"

– Cơ Đốc Nhân đáp: "Tôi không dại dột và tôi sẽ không quay lại đâu, vì cậu sống ở Thành Hủy Diệt. Còn tôi đi tìm một thành đời đời. Xin hãy đi cùng tôi".

– Cố Chấp nói: "Không bao giờ! Tôi không thể bỏ bạn bè và tất cả mọi thứ được".

– Cơ Đốc Nhân đáp: "Bạn bè và thú vui mà cậu nói không thể sánh bằng niềm vui mà tôi đang tìm đâu. Tôi tìm của cải không hư mất, không phai tàn, không ai lấy được. Hãy đọc sách của tôi mà xem".

– Nhưng Cố Chấp từ chối: "Xuỵt! Tôi không thèm đọc sách của cậu. Đi về thôi, Ba Phải. Cơ Đốc Nhân bị điên rồi".

– Ba Phải nói với Cố Chấp là: "Đừng chọc cậu ta nữa. Nếu cậu ấy nói đúng, thì tôi muốn đi với cậu ta".
– Cố Chấp cười. "Vậy thì cậu cũng bị điên giống như Cơ Đốc Nhân. Chúc các cậu tìm được thành cổ tích ấy nhé!" Nói xong nó liền quay về.

TÓM TẮT CHƯƠNG 1

Trong Chương 1, chúng ta gặp Cơ Đốc Nhân là một cậu trai chuẩn bị rời khỏi Thành Hủy Diệt để bắt đầu hành trình vĩ đại của mình đến Thiên Thành. Cơ Đốc Nhân đại diện cho tất cả Cơ Đốc nhân đang bỏ lại thế gian ở đằng sau để tìm về thiên quốc (Hê-bơ-rơ 11:8-16).

Quyển sách trong tay của Cơ Đốc Nhân đại diện cho quyển Kinh Thánh, quyển sách ấy nói về sự hủy diệt sắp đến. Cậu ta tin hết mọi thứ ở trong sách, cậu ấy có đức tin để bỏ lại mọi thứ đằng sau và tìm kiếm phần thưởng lớn hơn. Sự cứu rỗi bắt đầu khi chúng ta hiểu và tin vào Lời Chúa (Rô-ma 4:3; 10:9-13).

Gánh nặng trên lưng của Cơ Đốc Nhân là tội lỗi. Nó đại diện cho mặc cảm và xấu hổ khi chúng ta biết mình đã không vâng lời Chúa. Cơ Đốc Nhân muốn thoát khỏi gánh nặng ấy, nhưng cậu cần ông Truyền Đạo nói cho cậu biết phải làm sao (Rô-ma 10:14-17).

Mọi người chê bai Cơ Đốc Nhân và giễu cợt cậu vì tin vào quyển sách của mình – giống như rất nhiều người ngày nay từ chối tin vào Cơ Đốc nhân nói về Tin Lành ở trong Kinh Thánh (Ma-thi-ơ 5:11-12).

Câu hỏi tìm hiểu câu chuyện ngụ ngôn:
1. Gánh nặng trên lưng của Cơ Đốc Nhân là gì?
2. Cơ Đốc Nhân đáp ứng với lẽ thật trong quyển sách ra sao?

Một câu hỏi dễ hiểu nữa nằm ở cuối sách.

CHƯƠNG 2
CÁI VŨNG LẦY

Khi họ đi tiếp, Cơ Đốc Nhân nói với Ba Phải về Thiên Thành. "Ở đó không còn buồn thảm, không còn bệnh tật, không còn khổ đau. Đức Vua sẽ lau sạch nước mắt của chúng ta. Mọi người sẽ hạnh phúc đến đời đời".

– Ba Phải nài xin: "Kể cho tôi nghe nữa đi".

– Cơ Đốc Nhân giải thích rằng: "Đức Vua trong thành không giống các vua bình thường đâu". Ngài yêu chúng ta đến nỗi đã chuẩn bị chỗ ở cho chúng ta rồi. Ngài sẽ đội mão miện trên đầu của chúng ta, rồi ban cho chúng ta áo sáng láng để mặc nữa".

– Ba Phải nói. "Chao ôi! Làm sao cậu biết điều này là có thật?"

– Cơ Đốc Nhân đáp: "Vì Đức Vua đã viết trong quyển sách này mà".

– Ba Phải ngạc nhiên: "Tại sao Đức Vua lại ban mọi thứ miễn phí cho chúng ta như thế?"

– Cơ Đốc Nhân đáp: "Đức Vua chỉ muốn chúng ta tin Ngài, theo Ngài và yêu Ngài hết lòng của mình. Ngài muốn cả thành có nhiều bạn khác từ khắp thế giới biết về sự tốt lành và sống với Ngài đời đời".

Họ mải mê nói chuyện đến nỗi bị trượt chân rơi vào một cái hồ bùn gọi là Vũng Lầy. Họ càng cố sức thoát ra, họ càng bị chìm sâu hơn.

– Ba Phải hét lên: "Đây là nơi hạnh phúc mà cậu nói đó hả? Tôi không tin Đức Vua là người tốt nữa! Cậu tự đến Thiên Thành một mình đi!"

Ba Phải loay hoay thoát được hố bùn và bỏ Cơ Đốc Nhân lại một mình. Còn Cơ Đốc Nhân chìm sâu dưới hố vì gánh nặng trên lưng của mình.

Vừa khi đầu của Cơ Đốc Nhân chìm dưới bùn, thì một cánh tay rất khỏe đã kéo cậu lên.

– Người đó nói: "Tên anh là Ân Trợ. Đức Vua sai anh đến giải cứu các bạn rơi vào Vũng Lầy".

– Cơ Đốc Nhân hỏi: "Tại sao Đức Vua lại để cái hố bùn ở đây?"

– Ân Trợ nói: "Vũng Lầy không bao giờ đầy. Rất nhiều người cố gắng lấp đầy nó. Mặc dù Đức Vua đã cho làm các hòn đá kia, nhưng các bạn nhỏ không để ý lắm thì phải! Nhưng mà đừng sợ. Đức Vua luôn ở bên em, Ngài sẽ cứu giúp khi em cần nhất".

Cơ Đốc Nhân tiếp tục đi một mình, nhớ tới gia đình và mọi thứ cậu bỏ lại đằng sau. Sau đó, cậu gặp một cậu trai lớn tuổi hơn tên là Trần Thế Khôn, hắn cười vào mặt cậu. "Tại sao cậu mang nặng như thế ở trên lưng? Trông kỳ quá chừng".

– Cơ Đốc Nhân nói: "Một người tốt bụng tên là Truyền Đạo nói với tôi đi theo ánh sáng đến chỗ kia để cất gánh nặng đi. Ông ấy nói chỉ có chỗ đó mới thoát khỏi gánh nặng này".

– Trần Thế Khôn nói: "Cậu đã nghe một lời khuyên không tốt tí nào. Ông Truyền Đạo ấy luôn dẫn người ta đi lạc. Ông ta đã chỉ cậu đi con đường có nhiều nguy hiểm. Cậu sẽ gặp sư tử, trộm cướp và mấy con rồng. Cậu sẽ bị đói và có thể lăn ra chết dọc đường".

– Cơ Đốc Nhân thở dài, "Tôi chỉ muốn thoát khỏi gánh nặng này".

– Trần Thế Khôn nói với cậu rằng: "Vậy thì tại sao phải chịu khổ như vậy làm gì? Tôi biết một nơi có thể giúp cậu thoát khỏi gánh nặng trên lưng. Đó là một thị trấn nhỏ tên là Đạo Đức. Cậu có thể mời cả gia đình tới đó sống hạnh phúc luôn cũng được".

– Trần Thế Khôn chỉ trỏ: "Chỉ cần băng qua ngọn đồi nhỏ này thôi. Cậu sẽ gặp một người tên là Trọng Luật. Ông ta sẽ giúp cậu thoát khỏi gánh nặng trên lưng".

Cơ Đốc Nhân tin lời Trần Thế Khôn nên bắt đầu rẽ sang hướng đó. Nhưng hành trình không hề vui sướng như Trần Thế Khôn đã hứa. Khi cậu đến gần hơn, ngọn đồi càng hiện to ra hơn. Cơ Đốc Nhân kêu lên: "Xin chào? Đạo Đức có ở đó không?"

Tất cả những gì cậu nghe được đều là tiếng nổ ngay trên đầu của mình. Ngọn đồi hiện to như một ngọn núi có vẻ sắp đổ nhào xuống trên đầu của cậu. Lửa và lưu huỳnh bắn ra. Cơ Đốc Nhân rất sợ!

Vừa khi Cơ Đốc Nhân mất hết hy vọng, thì ông Truyền Đạo đã đến cứu cậu. Khi họ đi khỏi ngọn núi ấy, ông Truyền Đạo hỏi: "Sao cháu đi lạc khỏi con đường xa dữ vậy? Tại sao cháu không chịu nghe lời của ta?" – Cơ Đốc Nhân thấy xấu hổ: "Trần Thế Khôn bảo cháu có thể cất bỏ gánh nặng ở đó, nên cháu đã tin anh ta. Cháu xin lỗi".

– Ông Truyền Đạo nói: "Không có đường tắt đến Thiên Thành đâu. Chỉ có một con đường để cất bỏ gánh nặng của cháu mà thôi. Nhiều người sẽ dụ cháu đi lạc, nhưng cháu phải quyết tâm ở lại trên đường ấy và đi qua Cửa Hẹp".

Cơ Đốc Nhân nhanh chóng trở lại con đường. Cậu thấy nhẹ nhõm vì cuối cùng cũng thấy Cửa Hẹp! Khi đến gần, cậu đọc mấy chữ trên cửa ghi rằng: "Hãy gõ cửa sẽ mở cho".

TÓM TẮT CHƯƠNG 2

Trong chương 2, Ba Phải cùng đi với Cơ Đốc Nhân và rất muốn nghe về Thiên Thành. Tuy nhiên, khi có khó khăn đầu tiên xảy ra, Ba Phải nhanh chóng bỏ rơi Cơ Đốc Nhân và quay về Thành Hủy Diệt. Kinh Thánh nói về những người vừa mới nghe đạo Chúa trước hết nhưng lại từ bỏ khi gặp khó khăn (Mác 4).

Vũng Lầy đại diện cho sự nản lòng mà Cơ Đốc Nhân gặp phải khi bắt đầu hành trình. Cậu đối diện với sợ hãi, nghi ngờ, nản lòng về tội lỗi của mình. Người tên Ân Trợ đã kéo Cơ Đốc Nhân khỏi vũng bùn giống như Đức Thánh Linh vậy. Đức Chúa Trời ban cho chúng ta Đức Thánh Linh để thêm sức và giúp đỡ chúng ta (Rô-ma 8:26).

Người tên Trần Thế Khôn đại diện cho những người tưởng mình biết một con đường dễ hơn hoặc đường khác để cất bỏ gánh nặng của tội lỗi. Làng Đạo Đức là hình ảnh của những người tưởng họ có thể cất bỏ gánh nặng của tội lỗi bằng cách làm việc lành hoặc làm theo luật lệ. Nhiều người ngày nay tin như vậy. Nhưng chúng ta đã thấy trong câu chuyện, điều này chỉ làm cho hoàn cảnh tệ hơn mà thôi (Ga-la-ti 3:1-14). Chỉ có một nơi mới cất bỏ gánh nặng của chúng ta – đó là thập tự giá của Đức Chúa Jêsus Christ (Công vụ 4:12).

Câu hỏi tìm hiểu câu chuyện ngụ ngôn:
1. Tại sao Ba Phải quay về Thành Hủy Diệt?
2. Trần Thế Khôn nói gì với Cơ Đốc Nhân? Điều đó có đúng không?

CHƯƠNG 3
NHÀ CỦA THÔNG THÁI

Cơ Đốc Nhân gõ cửa và chờ đợi, nhưng cậu chẳng nghe thấy gì cả. Cậu bối rối. "Đức Vua không cho mình vào vì mình đã đi lạc đường, mình thật bẩn thỉu, quần áo thì rách rưới".

Cơ Đốc Nhân gõ cửa lần nữa. Cậu kêu lên: "Ngài có thể cho con vào không?" Cuối cùng, Thiện Tâm mở cửa ra. "Tôi rất muốn cho cháu vào".

Vừa khi những mũi tên đang bay tới. Thiện Tâm đã nắm áo kéo Cơ Đốc Nhân vào sau cánh cổng. Thiện Tâm kể với cậu về một lâu đài của chúa tể Bê-ên-xê-bun gần đó. Anh nói: "Ông ta ghét Đức Vua và các bạn lắm! Ông ấy muốn cản trở bất kỳ ai muốn vào Cửa Hẹp bằng mọi cách".

Cơ Đốc Nhân nghe tiếng uỵch uỵch khi các mũi tên bắn trúng cửa ngay tại chỗ cậu đang đứng.

Thiện Tâm đã chỉ cho Cơ Đốc Nhân con đường hẹp ngay thẳng. "Đây là con đường đến Thiên Thành. Con đường ấy sạch sẽ lắm!" Cơ Đốc Nhân thấy con đường và hỏi rằng: "Vậy là cháu không đi lạc được đâu, phải không?"

– Thiện Tâm nói: "Con đường rất là sạch sẽ đó nhé! Nhưng cháu sẽ thấy có nhiều ngã rẽ trên đường nữa đấy! Chúng rất rộng và cong quẹo, chúng có thể dẫn cháu đi sai đường. Con đường ngay thẳng thì rõ ràng, nhưng không dễ dàng đâu".

– Cơ Đốc Nhân hỏi Thiện Tâm là: "Cháu có thể gỡ bỏ gánh nặng này ở đâu?"
Hai vai của cậu rất đau vì phải vác theo gánh nặng quá lâu.
– Thiện Tâm nói: "Hãy mang gánh nặng thêm ít lâu nữa thôi. Cháu phải tiếp tục hành trình của mình cho tới khi đến Nơi Giải Cứu. Đó là chỗ duy nhất có thể cất bỏ gánh nặng của cháu".

– Thiện Tâm nói: "Nhưng trước tiên cháu phải tới nhà của bác Thông Thái. Ông ta sẽ cho cháu thấy những điều tuyệt vời để giúp cháu vượt qua hành trình của mình".

– Bác Thông Thái nói: "Xin chào, anh bạn nhỏ. Đức Vua đặt tôi ở đây để chuẩn bị cho cháu đối diện với những thử thách trên hành trình của mình".

Họ đi vào một phòng rất dơ. Bác Thông Thái bảo người tới quét dọn, nhưng lại làm cho căn phòng thêm nhiều bụi hơn. Cơ Đốc Nhân ho sặc sụa. Bác Thông Thái kêu người khác tới rải nước trong phòng, thế là bụi không bay tứ tung nữa, quét dọn cũng dễ dàng hơn.

– Bác Thông Thái nói: "Bụi là tội lỗi của chúng ta, còn chổi quét nhà giống như nỗ lực bôi xóa tội lỗi bằng đủ thứ luật lệ. Nước là sự thương xót và ân điển của Đức Vua, là cách duy nhất để xóa bôi sự dơ dáy ở trong đời sống. Chúng ta được trong sạch không phải bằng nỗ lực của mình, mà chỉ nhờ tin cậy vào Đức Vua mà thôi".

Đến căn phòng tiếp theo, Cơ Đốc Nhân thấy hai cậu trai tên là Nhẫn Nhục và Nhân Dục. Chúng đang nhận quà, nhưng phải đợi một năm nữa mới được nhận quà. Nhân Dục không thể chờ lâu hơn.

– "Con muốn có quà ngay cơ!" nó rên rỉ.

Còn Nhẫn Nhục ngồi chờ lặng lẽ. Cuối cùng, Nhân Dục cũng có quà, nhưng chúng sớm bị hư mất tiêu. Nhẫn Nhục vui vẻ chờ đợi, nên được nhận quà không bao giờ hư.

– Bác Thông Thái giải thích: "Nhân Dục giống như mấy người muốn có hết mọi thứ ngay bây giờ. Nhẫn Nhục là những người tin cậy vào Đức Vua và sẵn sàng chờ đợi. Phần thưởng của họ còn đến đời đời".

Cơ Đốc Nhân thấy một đóm lửa. Một kẻ ác đổ nước vào đống lửa, nhưng ngọn lửa không tắt mà cháy hoài. Đằng sau bức tường là một người hiền lành và tốt bụng đổ dầu vào để giữ cho đống lửa cháy liên tục.

– "Vậy là sao ạ?" Cơ Đốc Nhân thắc mắc.

– Bác Thông Thái nói: "Lửa giống như tình yêu mà các cháu dành cho Đức Vua".

– Ông nói tiếp: "Người đổ nước vào lửa giống như Bê-ên-xê-bun, luôn tìm cách cản trở các cháu. Còn người đổ dầu vào lửa giống như Con của Đức Vua, Ngài luôn giúp đỡ các cháu trên đường đi".

Bác Thông Thái dẫn Cơ Đốc Nhân xem căn phòng cuối cùng, mở ra thấy một lâu đài được binh lính canh gác nghiêm ngặt.

Có người sợ không muốn vào, nhưng có một người chạy hết sức tới đằng trước, rút gươm ra để tấn công lính gác. Khi anh ta đến trước cửa thành, các thiên sứ ở trên trời gọi anh bằng giọng nói ngọt ngào, "Vào đi, vào đi! Vinh hiển đời đời là của anh".

– Cơ Đốc Nhân nói là: "Cháu biết ý nghĩa của điều này! Nhiều người muốn vào Thiên Thành, nhưng họ sợ trả giá, nên họ đã lùi lại. Chỉ có người nào đi bằng đức tin và sự bền đỗ mới được tới đó".

TÓM TẮT CHƯƠNG 3

Trong chương 3, Cơ Đốc Nhân được Thiện Tâm đón tiếp vào Cửa Hẹp. Đây là hình ảnh về Chúa Jêsus, Ngài đón tiếp người nào đến cùng Ngài bằng đức tin. Thậm chí Cơ Đốc Nhân cảm thấy không xứng đáng, nhưng Thiện Tâm đã tiếp nhận cậu.

Chúa Jêsus đã phán về Cửa Hẹp trong Ma-thi-ơ 7:13-14: "Hãy vào cửa hẹp, vì cửa rộng và đường khoảng khoát dẫn đến sự hư mất, kẻ vào đó cũng nhiều. Song cửa hẹp và đường chật dẫn đến sự sống, kẻ kiếm được thì ít".

Chúa Jêsus kêu gọi chúng ta hãy đi đường hẹp, là đường khó khăn hơn đường rộng. Có những lúc Cơ Đốc nhân cần phải đưa ra những quyết định khó khăn và hy sinh nhiều thứ để không phạm tội và đi theo Chúa Jêsus (Ma-thi-ơ 16:24).

Cơ Đốc Nhân cũng vào nhà của bác Thông Thái, người này đại diện cho giáo sư dạy Kinh Thánh như các mục sư, cha mẹ và các giáo viên trường Chúa Nhật. Họ giúp chúng ta hiểu lẽ thật của Đức Chúa Trời hầu cho chúng ta có thể tiếp tục hành trình Cơ Đốc. Chúng ta cần những giáo sư giỏi để trang bị cho chúng ta biết cách sống trong thế giới này (Ê-phê-sô 4:11-16).

Câu hỏi tìm hiểu câu chuyện ngụ ngôn:

1. Tại sao Cơ Đốc Nhân lo lắng sẽ không được tiếp đón ở Cửa Hẹp? Thiện Tâm đã đáp ứng với cậu như thế nào?
2. Bác Thông Thái đã dạy Cơ Đốc Nhân bài học gì?

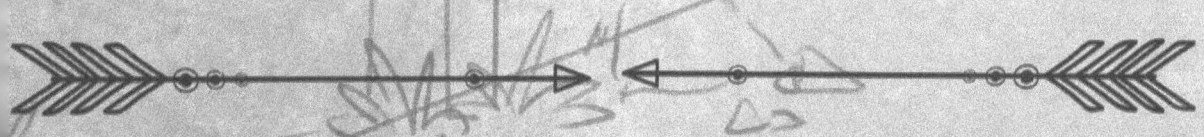

Cơ Đốc Nhân chạy đi vì muốn đến nơi Giải Cứu. Hai bên đường là những bức tường rất cao gọi là Cứu Rỗi. Hai chân cậu bị lở loét, cơ thể đau nhức vì gánh nặng. Cậu quyết tâm phải thoát khỏi gánh nặng này.

Cậu đã chạy tới chân một ngọn đồi, thấy một cây thập tự bằng gỗ rất to. Quyển sách của cậu cho biết Con của Đức Vua đã chết trên thập tự giá này để những đứa như cậu được tự do khỏi gánh nặng. Cơ Đốc Nhân chảy nước mắt. Cậu nghĩ là Đức Vua phải đau buồn lắm khi Con độc sanh chịu chết. Con của Đức Vua phải đau đớn lắm khi chịu chết như thế này. Cơ Đốc Nhân đứng trầm ngâm.
– "Mình đã sống cả đời ở Thành Hủy Diệt. Mình liên tục không vâng lời Đức Vua. Mình chưa bao giờ cảm ơn Ngài hay bày tỏ tình yêu của mình dành cho Ngài. Mình là một đứa tệ hại lại còn ăn bận tả tơi nữa. Tại sao Chúa làm điều này vì mình cơ chứ?"

Khi cậu đến gần thập tự giá hơn, dây thừng ở trên vai cậu tuột ra, còn gánh nặng khổng lồ rớt khỏi lưng cậu. Nó lăn xuống ngọn đồi, nhanh đến nỗi rơi xuống một cái hố to – không bao giờ thấy nó nữa.

Cơ Đốc Nhân rạng rỡ cười thật vui – cậu được tự do rồi! Tấm lòng của cậu chan chứa tình yêu mến dành cho Con của Đức Vua. "Ngài đã chết, để mình được sống. Ngài đã bị thương, để mình được lành. Ngài đã chịu khổ, để cho mình điều tốt nhất".

Cơ Đốc Nhân hát một bài ca mới:

Đến trước thập tự giá,
Bao tội lỗi trên lưng,
Không có ai nhờ vả,
Giúp đỡ kẻ khốn cùng.
Một ngày thật là vui!
Trong ơn sâu nặng ấy!
Vua sai Con cứu người
Để Ngài chịu chết thay.
Tự do tại thập giá.
Vĩnh biệt gánh nặng xưa.
Quăng hết vào biển cả
Xấu hổ cả đời ta.

Sau đó, có ba Thần Sáng hiện ra nói rằng: "Bây giờ, cậu đã biết sự bình an thật và đời đời".

– Đấng đầu tiên nói: "Tất cả tội lỗi của cậu đã được bôi sạch rồi".

– Đấng thứ hai bỏ quần áo tả tơi của Cơ Đốc Nhân ra và mặc vào quần áo sạch đẹp cho cậu.

– Đấng thứ ba cho cậu một cuộn giấy có đóng ấn và nói rằng: "Hãy giữ cuộn giấy này khi đi đường, rồi trình nó ra ở Thiên Thành. Đây là một lời nhắc nhở, cậu sẽ luôn được chào đón ở đó, mà cũng là bằng chứng cho thấy cậu là một trong những người thuộc về Đức Vua".

Khi Cơ Đốc Nhân tiếp tục hành trình, bước chân của cậu nhẹ nhàng hơn, còn thế giới xung quanh cũng tươi đẹp hơn.

Ở dưới chân đồi, Cơ Đốc Nhân thấy có ba cậu trai bị xích chân đang nằm ngủ. Tên của họ là Thiển Cận, Biếng Nhác và Tự Cao.
– Cậu gọi họ: "Dậy đi! Các cậu không nằm ở đây được. Chúa tể Bê-ên-xê-bun sẽ tìm bắt các cậu đấy. Hãy đi cùng tôi, tôi sẽ giúp các cậu không bị xiềng nữa".

– Thiển Cận nói: "Làm gì có nguy hiểm ở đây".
– Biếng Nhác vừa ngáp vừa nói: "Để tôi ngủ thêm chút nữa".
– Tự Cao cũng nói: "Ai lo phận nấy".
Cơ Đốc Nhân không hiểu tại sao họ không cần cậu giúp đỡ. Thế là cậu đi tiếp.

Khi Cơ Đốc Nhân đi đường liền thấy hai cậu trai nhảy qua tường Cứu Rỗi ngay bên cạnh mình. Một đứa tên là Trọng Nghi. Đứa còn lại là Giả Hình. Cơ Đốc Nhân hỏi chúng rằng: "Các cậu đang làm gì vậy?"

– Chúng nói: "Tụi tôi đến từ xứ Hư Vinh, đang đi tìm Thiên Thành".

– Cơ Đốc Nhân nói: "Tại sao các cậu nhảy qua tường mà không vào bằng Cửa Hẹp?"

– Trọng Nghi nói: "Cái cửa ấy xa quá. Đi lối này dễ hơn. Hơn nữa, vào như thế nào đâu có quan trọng. Quan trọng là tụi tôi đã ở đây rồi, giống như cậu vậy".

– Cơ Đốc Nhân nói: "Làm sao biết Đức Vua sẽ cho các cậu vào? Quyển sách của Ngài nói chúng ta phải vào bằng Cửa Hẹp mà".

– Giả Hình đáp: "Đức Vua không phiền đâu. Nếu chúng ta đã vào rồi thì vào thôi. Hơn nữa, người dân từ thành của tụi tôi đã làm chuyện này hàng trăm năm qua. Chẳng ai bị gì cả".

– Cơ Đốc Nhân hỏi: "Nhưng cuộn giấy của các cậu đâu?"
– Trọng Nghi nói: "Cậu nghĩ có cuộn giấy là đặc biệt lắm hả? Đức Vua không bận tâm đến mấy thứ linh tinh ấy đâu".

– Cơ Đốc Nhân đáp: "Tôi từng ăn bận rách rưới, đáng phải chết. Nhưng Đức Vua đã cứu tôi. Ngài ban cho tôi cuộn giấy để nhắc tôi nhớ rằng Ngài sẽ tiếp nhận tôi vào thành của Ngài".

– Trọng Nghi cười. "Cậu có thể giữ cuộn giấy bé tẹo ấy cũng được. Tôi không ăn bận rách rưới như cậu trước đây, tôi cũng không gặp nguy hiểm nào. Đức Vua sẽ cho tôi vào khi Ngài biết về tiếng tăm của tôi".

– Giả Hình nói: "Đúng vậy, tôi chắc là Đức Vua sẽ ấn tượng về chúng ta lắm đấy. Tụi tôi còn hơn cái đứa nghèo khổ này".

Cơ Đốc Nhân thấy đường hẹp dẫn lên một sườn dốc. Có hai con đường khác nữa, mỗi đường ở hai bên hông ngọn đồi. Cả hai đường trông dễ leo hơn và rộng hơn con đường của cậu. Cơ Đốc Nhân nhớ tới mấy lời dặn dò của ông Truyền Đạo là phải luôn đi đường hẹp.

– Nhưng Trọng Nghi và Giả Hình nói với cậu: "Con đường ấy trông có vẻ khó khăn quá. Kìa! Đức Vua đã cho chúng ta thấy đường tốt hơn để đi nè".
– Cơ Đốc Nhân cảnh báo họ: "Không được! Các cậu không thấy sao? Hai con đường ấy dẫn tới chỗ nguy hiểm và chết người. Đừng đi!"

Nhưng hai cậu trai ấy không thèm nghe. Trọng Nghi đi đường bên trái và bị lạc trong rừng tối. Giả Hình đi đường bên phải. Cậu ta bị trượt chân rơi xuống thung lũng và không thể quay lại nữa.

TÓM TẮT CHƯƠNG 4

Trong chương 4, Cơ Đốc Nhân cuối cùng cũng được tự do khỏi gánh nặng. Điều này có nghĩa là niềm vui và tự do khi một người hiểu rõ lẽ thật: "Phương đông xa cách phương tây bao nhiêu, thì Ngài đã đem sự vi phạm chúng tôi khỏi xa chúng tôi bấy nhiêu" (Thi thiên 103:12).

Gánh nặng của Cơ Đốc Nhân chỉ được trút bỏ tại Nơi Giải Cứu mà thôi. Chỉ tại thập tự giá, chúng ta mới được tự do khỏi gánh nặng của tội lỗi, vì Chúa Jêsus là Đấng duy nhất có thể gánh hết tội lỗi và tiền công của tội lỗi thay cho chúng ta (2 Cô-rinh-tô 5:21).

Cơ Đốc Nhân gặp ba Thần Sáng ban cho cậu quần áo mới và một cuộn giấy. Bộ quần áo tượng trương cho việc mặc lấy sự công bình của Chúa Jêsus. Cuộn giấy tượng trưng cho sự yên ninh mà người tin Chúa sẽ nhận được, nó được đóng ấn vào ngày cứu chuộc (Ê-phê-sô 1:13).

Cơ Đốc Nhân tiếp tục hành trình thì gặp Thiển Cận, Biếng Nhác và Tự Cao. Họ đại diện cho những người không có khao khát hoặc chẳng quan tâm đến vấn đề thuộc linh. Họ từ chối không chịu thay đổi và không biết nguy hiểm là gì (Ê-phê-sô 5:14).

Cuối cùng, Trọng Nghi và Giả Hình là những kẻ giả vờ tốt đẹp và cư xử như những người ngay thẳng, nhưng họ không thực sự biết Chúa hoặc muốn làm theo Lời Chúa (Lu-ca 12:1-3).

Câu hỏi tìm hiểu câu chuyện ngụ ngôn:
1. Điều gì đã xảy ra với gánh nặng của Cơ Đốc Nhân tại nơi Giải Cứu?
2. Tại sao Chúa Jêsus là Đấng duy nhất có thể cất gánh nặng của chúng ta?

CHƯƠNG 5
LÂU ĐÀI XINH ĐẸP

Cơ Đốc Nhân tiếp tục leo lên đồi Gian Nan. Cậu biết con đường của Đức Vua tuy khó khăn nhưng luôn là con đường tốt nhất. Cơ Đốc Nhân nóng lòng leo lên đỉnh đồi, nhưng cậu leo càng cao, thì ngọn đồi càng dốc hơn. Cuối cùng, cậu phải bò lên bằng đôi tay và hai đầu gối. Cậu nghĩ: "Không biết có lên được đỉnh đồi không đây?"

Cơ Đốc Nhân vừa đau vừa mệt, cậu lo mình sẽ ngất xỉu và ngã xuống đồi. May thay, cậu tìm được một cái ghế có bóng mát dưới vòm cây xanh. Đức Vua đã tạo ra chỗ này để cho những người đi đường như cậu nghỉ ngơi trên đồi Gian Nan. Cơ Đốc Nhân nằm xuống và lấy cuộn giấy ra khỏi túi quần để đọc sứ điệp từ Đức Vua. Cậu nhìn bộ quần áo tươm tất mà Đức Vua ban tặng. Cậu cười lên rồi ngủ thiếp đi.

Cơ Đốc Nhân nghe thấy một tiếng nói trong chiêm bao:
– "Kẻ biếng nhác kia, hãy nhìn loài kiến mà xem xét đường lối của chúng và trở nên khôn ngoan".

Cậu đã ngủ khá lâu đến khi trời tối! Cậu hoảng hốt, rồi vội vả leo lên đỉnh đồi. Cậu thấy hai đứa con trai tên là Hoài Nghi và Nhát Gan đang chạy xuống đồi.

– Cơ Đốc nhân hỏi họ: "Tại sao các cậu đi lối này? Thiên Thành là hướng kia mà".

– Chúng đáp: "Chúng tôi đã cố gắng đi tới Thiên Thành, nhưng càng đi thì càng gặp nhiều nguy hiểm. Mấy con sư tử ở trên đường vừa to vừa dữ tợn. Chúng tôi không đi nữa đâu".

Cơ Đốc Nhân đi tiếp, cậu nghĩ rằng: "Nếu mình đi tiếp thì sẽ bị sư tử tấn công. Nếu mình quay lại Thành Hủy Diệt, thì chắc chắn sẽ chết. Mình phải làm gì đây?"

Cơ Đốc Nhân tìm cuộn giấy. Cậu không tìm thấy. "Thôi rồi! Nó ở đâu ta? Đức Vua có cho mình vào mà không có cuộn giấy chăng?"

Sau đó, cậu nhớ tới chỗ đã nằm nghỉ lưng. "Có lẽ mình đã làm rớt ở đó. Mình thật là ngu ngốc vì đã ngủ quá lâu. Bây giờ, mình không tìm thấy cuộn giấy nữa!"

Cơ Đốc Nhân lục lọi trong bụi cây và tìm kiếm trong bóng tối. Cậu chợt thấy cái gì đó le lói dưới ánh trăng. "Cuộn giấy!" Cơ Đốc Nhân mừng rỡ. Cậu nhặt lên và bỏ vào túi áo. Nhưng niềm vui của cậu biến thành sợ hãi khi nhớ lại những điều mấy đứa con trai đã nói. "Tụi nó đã gặp sư tử thiệt hả? Trời tối quá, mấy con sư tử sẽ tìm thấy mình mất".

Cơ Đốc Nhân thấy một lâu đài rất đẹp liền đi tới đó. Cậu hy vọng sẽ tìm thấy chỗ an toàn để ngủ qua đêm.

Nhưng mấy con sư tử đang canh gác lối vào lâu đài! Cậu muốn bỏ chạy, nhưng lại đứng cứng ngắt vì sợ hãi. Cậu nghe thấy tiếng nói vọng ra từ lâu đài: "Đừng sợ! Mấy con sư tử không thể hại cậu đâu. Chúng ở đó để thử đức tin của cậu. Nếu cậu đi trên đường hẹp, thì chúng sẽ không đụng đến cậu đâu".

Cơ Đốc Nhân tiếp tục đi những bước nhỏ. Cậu run rẩy. Mấy con sư tử rống lên và gầm gừ khi cậu đi qua, nhưng lúc này cậu mới thấy chúng đã bị xích lại.

Ở trước cửa, Thức Canh ra chào cậu. Cơ Đốc Nhân hỏi: "Thưa ông, lâu đài này của ai? Cháu có thể ở trọ đêm nay được không?"

– Thức Canh đáp: "Đây là Lâu đài Xinh đẹp. Đức Vua đã xây nó để giúp đỡ các bạn nhỏ đi trên hành trình của mình".

– Cơ Đốc Nhân thấy rất vui: "Mình biết là Đức Vua sẽ không để mình đi một mình! Ngài đã giúp mình suốt cả chặng đường".

Bên trong lâu đài, Cơ Đốc Nhân gặp Cẩn Thận, Kỉnh Kiềng, Hiếu Thảo và Từ Tâm. Cậu kể với họ mọi chuyện xảy ra trên chặng đường.

– Cẩn Thận hỏi: "Thật là nhiều chuyện đã xảy ra, nhưng tại sao cậu vẫn muốn đến Thiên Thành?"

– Cơ Đốc Nhân đáp: "Vì cháu muốn gặp Đức Vua và cũng muốn gặp Con của Ngài là Đấng đã yêu cháu đến nỗi chết thay vì cháu. Quyển sách của Ngài nói không còn sự chết ở trong thành ấy, không còn khóc lóc, đau đớn, tội lỗi, sai lạc nữa.

– Từ Tâm hỏi Cơ Đốc Nhân: "Gia đình cậu ở đâu? Tại sao họ không đi với cậu?"

– Cơ Đốc Nhân đáp: "Cháu muốn họ theo lắm chứ! Cháu đã cố thuyết phục họ, nhưng họ không tin quyển sách của cháu".

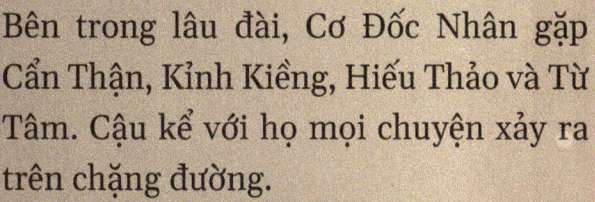

Cơ Đốc Nhân thấy mệt và đói bụng, thế là bốn người phụ nữ chuẩn bị một bữa thịnh soạn cho cậu.

Trong lúc ăn tối, họ kể về Đức Vua. Họ kể với Cơ Đốc Nhân về Con của Đức Vua đã rời Thiên Thành đi tìm những người như cậu. Ngài còn trở nên giống như cậu, đi trên con đường của Đức Vua mà không quay rẽ sang đường rộng và quanh co ngoài kia.

Họ kể với cậu về cuộc chiến lớn với Bê-ên-xê-bun và Con của Đức Vua đã chịu chết để đánh bại hắn như thế nào – nhưng Ngài đã sống lại khải hoàn. Tất cả những điều này làm cho Cơ Đốc Nhân càng yêu kính Đức Vua nhiều hơn.

Khi Cơ Đốc Nhân nghĩ tới Con của Đức Vua, tấm lòng của cậu thấy rất vui. Cậu đã ngủ rất ngon vào tối hôm đó. Khi thức dậy, mấy người phụ nữ cho cậu xem kho vũ khí. Cả phòng đầy những thứ vũ khí mà Đức Vua chuẩn bị cho mấy người như cậu sử dụng để đánh bại kẻ thù trên đường đi. Cơ Đốc Nhân nhìn thấy thanh gươm, cái thuẫn, mũ đội đầu và áo giáp. Cậu nghĩ tới việc một ngày nào đó sẽ được mặc chúng.

TÓM TẮT CHƯƠNG 5

Trong chương 5, Cơ Đốc Nhân leo lên đồi Gian Nan. Ngọn đồi này đại diện cho sự thử thách và khó khăn mà người tin Chúa phải đối diện. Khi người nào tin Chúa, đời sống của họ trở nên khó khăn hơn, chứ không dễ dàng. Họ phải đưa ra những quyết định khó khăn, thay đổi thói quen tội lỗi, gia đình hoặc bạn bè của họ sẽ nổi giận cùng họ (2 Ti-mô-thê 3:12).

Cơ Đốc Nhân đến chỗ nghỉ ngơi, nhưng cậu ngủ quên. Đức Chúa Trời ban cho chúng ta sự nghỉ ngơi trong mọi lúc khó khăn, nhưng chúng ta được dạy là không được lười biếng (Châm ngôn 6:6-12). Đôi khi những khó khăn và chán nản khiến chúng ta muốn bỏ cuộc, nhưng chúng ta phải tiếp tục bằng sự giúp sức của Đức Chúa Trời (Ê-phê-sô 5:15-16).

Cơ Đốc Nhân đến Lâu đài Xinh đẹp. Tại đây, cậu gặp bốn người phụ nữ khích lệ cậu trên hành trình. Mặc dù có những thử thách trong cuộc đời Cơ Đốc, nhưng cũng có niềm vui lớn hơn. Một trong những niềm vui ấy là sự thông công với những người tin Chúa khác, họ sẽ cho chúng ta lời khuyên. Lâu đài Xinh đẹp đại diện cho Hội thánh (1 Tê-sa-lô-ni-ca 5:11).

Kho vũ khí mà Cơ Đốc Nhân thấy là đại diện cho những khí giới mà Chúa đã liệt kê trong Ê-phê-sô 6:10-20. Cơ Đốc nhân sẽ bước vào cuộc chiến thuộc linh và phải trang bị bằng những lẽ thật Phúc Âm.

Câu hỏi tìm hiểu câu chuyện ngụ ngôn:

1. Đồi Gian Nan tượng trưng cho điều gì?
2. Những người phụ nữ tại Lâu đài Xinh đẹp đã giúp đỡ Cơ Đốc Nhân như thế nào?

CHƯƠNG 6
TRŨNG SỈ NHỤC

Cơ Đốc Nhân đã nhìn thấy rất nhiều kho báu trong lâu đài, cậu còn thấy xứ Em-ma-nu-ên nữa. Cơ Đốc Nhân ước gì được ở lại với bạn bè mới gặp của mình, nhưng cậu biết mình phải tiếp tục đến Thiên Thành. Họ đã khích lệ cậu trên đường đi.

Thế là, Cơ Đốc Nhân leo xuống trũng Sỉ Nhục. Đám mây đen che kín bầu trời, cậu thấy một quỷ dữ bay ngang qua cánh đồng đến gặp cậu. Cậu biết đó là A-pô-ly-ôn. Cơ Đốc Nhân quá sợ hãi. Cậu không biết có nên quay đầu chạy trốn hay không. Nhưng cậu không có áo giáp để bảo vệ lưng của mình, còn A-pô-ly-ôn có thể dễ dàng tấn công cậu từ phía sau.

Cơ Đốc Nhân chưa từng gặp thứ gì khổng lồ đến như vậy. A-pô-ly-ôn có những cái vảy rất dày, hai cánh như loài rồng và hàm răng to lớn rất sắc bén. Nó phì khói và lửa ra. A-pô-ly-ôn nhìn chằm chằm vào Cơ Đốc Nhân.

– "Ngươi tính đi đâu?"

– Cơ Đốc Nhân dạn dĩ nói: "Đi đến Thiên Thành. Tôi đến từ Thành Hủy Diệt".

– A-pô-ly-ôn nói: "Còn ta là chúa tể của Thành Hủy Diệt. Ngươi phải trở về để hầu hạ ta lần nữa".
– Cơ Đốc Nhân đáp: "Tôi sẽ không bao giờ quay về đâu. Tôi hầu việc Đức Vua chân thật và tôi đi theo con đường của Ngài".

– A-pô-ly-ôn cười. "Nhưng ngươi làm gì hầu việc Đức Vua. Ngươi không nghe lời Ngài rất nhiều lần. Đầu tiên, ngươi rơi vào Vũng Lầy tuyệt vọng, rồi ngươi không đi theo con đường. Ngươi làm biếng và ngủ quên, tí xíu nữa là bỏ về khi gặp mấy con sư tử. Ngươi đâu có yêu Đức Vua".

– Cơ Đốc Nhân nói: "Tất cả đều rất đúng và còn thiếu nhiều điều khác nữa. Nhưng Đức Vua mà tôi đang hầu việc là Đấng thương xót và sẵn lòng tha thứ cho hết thảy người nào đến cùng Ngài".

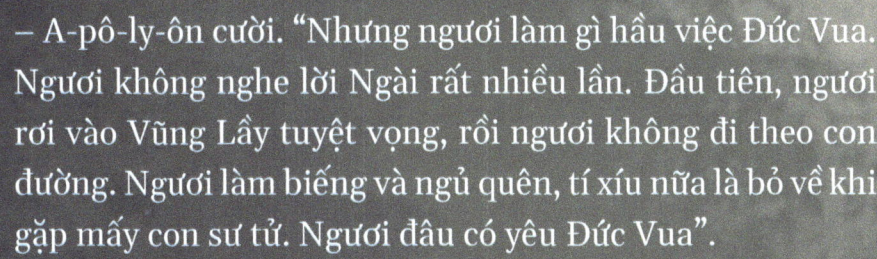

– A-pô-ly-ôn nổi giận: "Ta là kẻ thù của Đức Vua. Ta ghét ông ta. Ta ghét luật pháp của ông ta. Ta ghét dân sự của ông ta. Ta sẽ không để ngươi sống sót đâu".

Cơ Đốc Nhân lấy khiên lên che chắn và rút gươm ra.
– "Đức Vua đã ban cho ta mọi thứ cần dùng để đánh bại ngươi".

A-pô-ly-ôn phì lửa ra nhắm vào Cơ Đốc Nhân, nhưng Cơ Đốc Nhân đã kịp thời lấy khiên che chắn và đánh trả rất quyết liệt.

Cả hai tranh chiến với nhau hàng giờ, Cơ Đốc Nhân cảm thấy mệt lả. A-pô-ly-ôn đã đánh gục cậu xuống đất, còn thanh gươm rơi khỏi tay của cậu.
– A-pô-ly-ôn nói: "Ta sẽ xử ngươi tại đây."

A-pô-ly-ôn tính phun lửa lần cuối cùng để lấy mạng Cơ Đốc Nhân. Nhưng Cơ Đốc Nhân nhanh chóng nhặt lấy thanh gươm bằng tất cả sức lực của mình. Cậu nói rằng: "Tôi sẽ sống". Cậu đẩy thanh gươm vào lồng ngực của A-pô-ly-ôn.

A-pô-ly-ôn bị thương. Cơ Đốc Nhân đâm thêm một lần nữa.
– Cơ Đốc Nhân nói: "Đúng là trong mọi sự đó, chúng ta nhờ Đấng yêu thương mình mà thắng hơn bội phần".

A-pô-ly-ôn phun ra ngọn lửa chết người lần cuối cùng. Hắn liền vỗ cánh bay đi mất.

Cuộc chiến kết thúc, Cơ Đốc Nhân nói: "Con sẽ cảm tạ Đức Vua là Đấng đã giải cứu con khỏi sự tấn công của A-pô-ly-ôn".

Cơ Đốc Nhân nghe thấy tiếng phán từ trời: "Đừng sợ, vì ta ở với ngươi; chớ kinh khiếp, vì ta là Đức Chúa Trời ngươi. Ta sẽ bổ sức cho ngươi; phải, ta sẽ giúp đỡ ngươi, lấy tay hữu công bình ta mà nâng đỡ ngươi".

Một sự bình an lan tỏa trong lòng của Cơ Đốc Nhân, dù A-pô-ly-ôn đã làm cậu bị thương, nhưng cậu cảm thấy được thêm sức cho hành trình của mình.

Cơ Đốc Nhân tiếp tục băng qua trũng với thanh gươm trên tay, cậu nghĩ sẽ có một kẻ thù khác đang rình đợi mình. Đột nhiên, hai cậu trai chạy đến la lên: "Quay lại đi! Hãy quay về đi".

– Cơ Đốc Nhân giật mình nói rằng: "Các cậu chạy trốn cái gì vậy?"

– Họ đáp: "Trũng Bóng Chết. Đó là một cái hố sâu lắm – một nơi kinh hoàng từ trước tới giờ".

Nhưng Cơ Đốc Nhân ngước lên nhìn. Cậu đáp: "Đây là con đường đến nơi trú ẩn của tôi. Tôi phải đi qua chỗ này để đến Thiên Thành. Tôi sẽ đi tiếp và tin cậy Đức Vua dẫn dắt tôi".

Con đường của Cơ Đốc Nhân càng ngày càng hẹp hơn, hai bên đường đều có nguy hiểm. Cái trũng tối tăm đến nỗi lắm lúc Cơ Đốc Nhân không thể nhìn thấy đường. Cậu sợ mình sẽ trượt chân và té chết. Cậu thở dài và rên rỉ. Không biết cậu sẽ thấy ánh sáng nữa không?

Có lúc cậu tưởng đã nhìn thấy bóng kẻ ác. Cậu tưởng đã nghe thấy những lời dối trá thì thầm bên tai: "Ngươi đi một mình. Đức Vua đã quên ngươi rồi. Ngươi sẽ không đến được Thiên Thành đâu".

Sau đó, Cơ Đốc Nhân nghe thấy âm thanh kinh khủng vọng lên từ cái hố. Cậu thấy lửa hừng và những chùm khói bốc lên nữa. Cơ Đốc Nhân kêu lên rằng: "Đức Vua ơi, xin cứu linh hồn con khỏi tai họa!"

Cậu nghĩ đến chuyện quay lại, nhưng cậu nhớ tới những nguy hiểm đã vượt qua. Cậu cứ tấn tới, đi từng bước run rẩy.

Bây giờ, khi cậu sợ hãi, cậu la lên rằng: "Tôi sẽ đi bằng sức thiêng của Đức Vua". Cậu liền nghe thấy giọng nói của một cậu trai khác rằng: "Dầu khi tôi đi trong trũng bóng chết, tôi sẽ chẳng sợ tai họa nào, vì Chúa ở cùng tôi". Giọng nói ấy giúp cậu thêm can đảm để tiếp tục băng qua trũng tối tăm.

TÓM TẮT CHƯƠNG 6

Trong chương 6, Cơ Đốc Nhân đối địch với A-pô-ly-ôn. Trận chiến này đại diện cho chiến trận thuộc linh mà Cơ Đốc nhân đối diện. Ban đầu, A-pô-ly-ôn nhắc lại những thất bại của Cơ Đốc Nhân. Quỷ Sa-tan được gọi là Kẻ kiện cáo trong Kinh Thánh (Khải huyền 12:10). Có nghĩa là hắn luôn khiến chúng ta thấy mặc cảm khi nhớ lại những tội lỗi của mình. Hắn muốn thuyết phục chúng ta rằng Đức Chúa Trời không tha thứ cho chúng ta đâu.

Cơ Đốc Nhân cũng chống trả những đợt tấn công của A-pô-ly-ôn bằng binh khí của Đức Chúa Trời (Ê-phê-sô 6:10-20). Mão Cứu Chuộc nhắc chúng ta nhớ rằng sự cứu rỗi và sự công bình đến từ Chúa Jêsus, không đến từ chúng ta. Thuẫn Đức Tin là đức tin của chúng ta nơi Chúa. Chúng ta được bảo vệ trước các đợt tấn công của kẻ thù khi tin cậy quyền phép của Chúa sẽ giải cứu chúng ta.

Cơ Đốc Nhân cuối cùng cũng đánh bại A-pô-ly-ôn bằng Gươm của Thánh Linh, tức là Lời Đức Chúa Trời. Lời Chúa có thể đâm thủng những dối trá và dẫn chúng ta đến thắng lợi. Đó là vũ khí duy nhất chúng ta dùng để chiến đấu (2 Ti-mô-thê 3:16-17).

Đa-vít nói trong Thi thiên 23 về trũng bóng chết. Trũng này tượng trưng cho sự sợ hãi. Cơ Đốc nhân có thể tin cậy Chúa ngay cả trong những nơi tối tăm và đáng sợ, thậm chí khi chúng ta sợ rằng mình sẽ chết. Chúng ta có thể tin Lời Chúa khi những người khác nói dối vào lỗ tai của chúng ta. Lời Chúa thêm cho chúng ta lòng can đảm để đối diện với những sợ hãi.

Câu hỏi tìm hiểu câu chuyện ngụ ngôn:
1. A-pô-ly-ôn nói gì để khiến Cơ Đốc Nhân ngã lòng?
2. Cơ Đốc Nhân đã xoay sở thế nào trong Trũng Bóng Chết?

CHƯƠNG 7
CHỢ HƯ HOA

Khi Cơ Đốc Nhân ra ngoài ánh sáng, cậu rất vui! Cậu đã ra khỏi trũng bóng tối – dù có nhiều cạm bẫy do chúa tể Bê-ên-xê-bun giăng ra.

Cậu thấy một cậu trai khác đang chạy đằng trước. Cơ Đốc Nhân nhận ra ai ngay. Đó là Trung Tín, hàng xóm của cậu từ Thành Hủy Diệt.
– Cơ Đốc Nhân hô lên: "Trung Tín, chờ với! Tôi sẽ theo cậu!" Trung Tín hô đáp lại: "Tôi không dừng lại được! Tôi phải tiếp tục đến Thiên Thành!" Cơ Đốc Nhân chạy thật nhanh để đuổi kịp cậu ta. Khi bắt kịp Trung Tín, cậu chạy vượt mặt để nói rằng: "Lêu lêu! Bây giờ tôi sẽ tới đó trước".

Nhưng Cơ Đốc Nhân không để ý con đường trước mặt. Cậu vấp phải một hòn đá nhỏ và té sấp mặt. Vì bộ giáp nặng nề, nên cậu không tự mình đứng dậy được. Khi Trung Tín đuổi kịp, cậu ấy đã đỡ Cơ Đốc Nhân đứng dậy.

– Cơ Đốc Nhân nói: "Cuối cùng, mình đã tìm được bạn đồng hành rồi! Tôi không biết cậu cũng đi đến Thiên Thành".
– Trung Tín nói: "Đúng vậy, sau khi cậu ra đi, mọi người bàn tán về quyển sách của cậu và Thiên Thành.
Không lâu sau, họ bắt đầu chế giễu cậu. Nhưng tôi tin quyển sách của cậu, thế là tôi cũng đi theo cậu đây.

Khi đi đường, Trung Tín kể về mấy kẻ cố gắng cản trở cậu ở trên đường: "Có một người tên là Xấu Hổ mà tôi gặp ở Trũng Sỉ Nhục. Xấu Hổ nói với tôi là người nào nghe theo Đức Vua là những kẻ dại dột và sẽ bị thế gian chê cười. Nhưng tôi đã kháng cự và tin rằng những gì Đức Vua phán là tốt nhất – thậm chí nếu mọi người trong thế gian cấm cản". Cơ Đốc Nhân thấy Trung Tín khích lệ tấm lòng của mình và họ tiếp tục trò chuyện thân mật với nhau.

Cuộc trò chuyện của họ bị một cậu trai tên là Đa Ngôn làm phiền, cậu ta nói rằng: "Chào đằng ấy! Các cậu là những lữ khách phải không! Chúng ta hãy vừa đi vừa nói chuyện nhé. Có nhiều thứ để trao đổi với nhau lắm! Việc lớn hay việc nhỏ – tôi đều nói được hết".

– Trung Tín nói vào ngay: "Chúng tôi không chỉ nói luyên thuyên, nhưng chúng tôi đi đường của Đức Vua và hướng tới Thiên Thành".
– Đa Ngôn đáp: "Đúng rồi, tôi có thể thấy các cậu muốn đi tới đó. Tôi có nhiều chuyện về Thiên Thành lắm. Chúng ta có thể trao đổi nếu các cậu muốn".
– Cơ Đốc nhân nói: "Đức Vua muốn chúng tôi theo Ngài và vâng lời Ngài, chứ không chỉ ba hoa. Chúng tôi phải yêu thương người khác bằng việc làm và lẽ thật, chứ không chỉ bằng lời nói và miệng lưỡi".
– Đa Ngôn nói: "Ừ, mấy đứa như cậu thật kỳ quặc! Tôi sẽ tìm người khác để trò chuyện vui hơn. Chẳng có gì phải vội".

Trung Tín nhìn đằng trước. "Cậu ta nói: "Nhìn kìa! Đó là ông Truyền Đạo". – Ông ấy chào họ. "Bình an cho hai cậu, những lữ khách yêu dấu. Hành trình của hai cậu thế nào?"

– Cơ Đốc Nhân đáp: "Đức Vua đã cứu chúng cháu khỏi mọi cạm bẫy ở trên đường.

– Ông Truyền Đạo nói: "Ta rất vui vì các cậu đã thắng lợi. Nhưng ta đến đây để cảnh báo các cậu là phải vượt qua ngôi làng đằng kia gọi là Chợ Hư Hoa. Những kẻ thù của Đức Vua đã xây nó lên để đánh lừa các lữ khách trên đường.

– Ông Truyền Đạo cảnh báo họ: "Các cậu sẽ bị cám dỗ bởi những thứ ảo tưởng và giàu có của thế gian. Nhưng các cậu phải hướng mắt về Thiên Thành".

Đầu tiên, Cơ Đốc Nhân và Trung Tín nghĩ rằng Chợ Hư Hoa có vẻ rất vui. Bên ngoài thì rất đẹp, nhưng họ nhanh chóng nhận ra điều ác ở bên trong.

Những người bán hàng nhanh chóng bao vây họ và cố gắng bán đồ nữ trang cùng những thứ ảo diệu. Họ nói: "Chúng tôi có hết mọi khoái lạc trên đời để ăn, mặc và xem. Hãy quên đoạn đường khó khăn đi, ở lại đây để tận hưởng tất cả thú vui trên trần gian.

Nhưng Trung Tín cản họ lại và nói rằng: "Chúng tôi không nhìn vào mấy thứ hư ảo này!"
– Họ nói rằng: "Các cậu phải mua gì chứ hả?"
– Trung Tín nói: "Mấy người chỉ bán những thứ dối trá. Tất cả đều sẽ bị đốt trong lửa như cỏ dại. Chúng tôi đi tìm kho báu đời đời. Chúng tôi chỉ mua chân lý!"
Điều này khiến cả làng náo động.

Các cậu bị quăng vào ngục. Dân làng bắt họ làm trò cười. Trẻ em giễu cợt, ném đá và trái cây thối rữa vào mặt họ.

Nhưng Cơ Đốc Nhân và Trung Tín vẫn tử tế với mấy đứa trẻ, họ nói với chúng rằng: "Các em không cần phải ở lại đây. Đức Vua sẽ tiếp đón các em ở Thiên Thành".

Các cậu bị đưa ra tòa. Thẩm phán của họ là quan Nghịch Thiện nói rằng: "Các nhân chứng ở đây nói với ta là các cậu gây rối trong làng, các cậu không làm theo luật pháp của chúa tể Bê-ên-xê-bun phải vậy không?"

– Trung Tín đáp: "Chúng tôi chẳng gây rối loạn gì cả. Chúng tôi chỉ làm theo điều tốt, điều đúng và sự thật mà thôi. Tôi không làm theo luật pháp của làng và chúa tể độc ác kia. Tôi trung thành với Đức Vua chân thật và đường lối của Ngài".

Thẩm phán gõ cái búa. "Tội chết! Tội chết! Ta tuyên án hai cậu tội chết!"

Quay lại nhà tù, Cơ Đốc Nhân và Trung Tín đã khích lệ nhau bằng những lời hứa của Đức Vua. Binh lính đến và bắt Trung Tín đi.

Cơ Đốc Nhân kêu lên rằng: "Trung Tín, đừng sợ. Họ có thể giết thân thể, mà không giết được linh hồn của chúng ta đâu. Tôi sẽ gặp lại cậu ở Thiên Thành!"

Một cậu trai tên là Hy Vọng đã dõi theo họ từ đầu đến giờ. Khi binh lính không để ý, cậu ta đã lấy chìa khóa của họ. Cậu ta cứu Cơ Đốc Nhân khỏi nhà tù, nói rằng: "Đi thôi. Nhanh lên, trước khi chúng quay lại".

Khi Cơ Đốc Nhân ra khỏi Chợ Hư Hoa, cậu nhìn lên trời và thấy Trung Tín! Đức Vua đã sai một cỗ xe ngựa đến đưa cậu ấy về Thiên Thành.

– Cơ Đốc Nhân khóc: "Tôi sẽ nhớ cậu lắm Trung Tín ơi!
– Hy Vọng an ủi Cơ Đốc Nhân rằng: "Sự can đảm của Trung Tín đã truyền cảm hứng cho tôi rời khỏi Chợ Hư Hoa. Tôi hy vọng mình có thể là một người bạn như cậu ấy".

TÓM TẮT CHƯƠNG 7

Trong chương 7, Cơ Đốc Nhân gặp Trung Tín, bạn đồng hành chân chính đầu tiên trên hành trình của cậu. Người bạn mới đi cùng cậu vì đã nghe nói về chuyện Cơ Đốc Nhân bỏ đi khỏi Thành Hủy Diệt.

Cơ Đốc Nhân và Trung Tín phải vượt qua Chợ Hư Hoa, là hình ảnh tượng trưng cho 1 Giăng 2:15-17 chép rằng: "Chớ yêu thế gian, cũng đừng yêu các vật ở thế gian nữa... Vì mọi sự trong thế gian, như sự mê tham của xác thịt, mê tham của mắt, và sự kiêu ngạo của đời, đều chẳng từ Cha mà đến, nhưng từ thế gian mà ra. Và thế gian với sự tham dục nó đều qua đi, song ai làm theo ý muốn của Đức Chúa Trời thì còn lại đời đời".

Khi sứ đồ Giăng nói về "thế gian", ông không nói đến trái đất, hay là những điều đẹp đẽ mà Chúa đã tạo nên; mà ông muốn nói về những ham muốn vật chất, khoái lạc, hoặc danh vọng.

Mặc dù Chúa đã ban những điều tuyệt vời trong thế gian để chúng ta tận hưởng và cảm tạ Ngài, nhưng chúng ta rất dễ tập chú vào những điều này mà quên mất Đức Chúa Trời và thiên quốc. Giống như các lữ khách, chúng ta phải hướng mắt về Thiên Thành (Cô-lô-se 3:1-4). Chúng ta phải đặt hy vọng vào tương lai tươi sáng mà Chúa đã chuẩn bị cho Cơ Đốc nhân, thay vì trông cậy vào các vật sẽ qua đi và bị hư mất (Ma-thi-ơ 6:19-21).

Câu hỏi tìm hiểu câu chuyện ngụ ngôn:
1. Tại sao Chợ Hư Hoa lại nguy hiểm với các lữ khách?
2. Trung Tín và Cơ Đốc Nhân đáp lại những người bán hàng như thế nào?

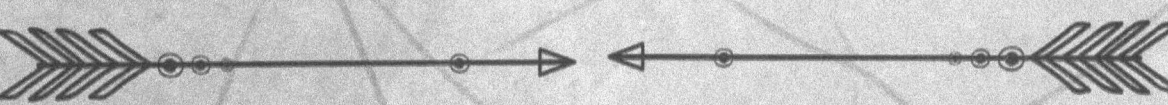

CHƯƠNG 8
LÂU ĐÀI
HOÀI NGHI

Hai bạn nhỏ đi được một đoạn, thì gặp bốn bạn khác đến từ làng Ham Lợi. Bốn bạn này nói: "Chúng tôi đi cùng các cậu nhé!"
– Hy Vọng nói: "Được mà, đi thôi!"
– Cơ Đốc Nhân nói: "Nhưng con đường không dễ dàng đâu nhé".

Một cậu trong bọn hỏi: "Có gì mà khó dữ vậy?"

– Cơ Đốc Nhân nói: "Các cậu phải đi theo Đức Vua dưới nắng và dưới mưa, giàu có và nghèo khổ, khó khăn và thịnh vượng.

Các cậu đến từ làng Ham Lợi nói: "Cậu sai rồi. Chắc là Đức Vua sẽ ban phước cho người nào đi theo đường của Ngài. Chúng tôi chỉ đi dưới trời mát thôi. Nếu cậu muốn chịu khổ vô ích như vậy, thì chúng tôi sẽ không đi cùng hai cậu đâu".

Cả hai bỏ lại cả bọn đằng sau. Họ đến một ngọn đồi gọi là Vụ Lợi. Trên đỉnh đồi có một mỏ bạc, một người đàn ông tên là Đê Ma gọi cả hai: "Này hai cậu, hãy đến xem sự giàu có và kho báu chưa từng có trên đời nè. Hãy đến xem bạc của tôi, hai cậu sẽ được may mắn ngay".

– Hy Vọng nói: "Đến xem thử".

– Cơ Đốc Nhân nói: "Không đời nào! Chỗ này là một cái bẫy. Nó đã cản trở biết bao người bởi vì sự tham tiền bạc là cội rễ mọi điều ác".

– Đê Ma gọi lần nữa: "Đến xem đi – an toàn và tự do lắm!"

– Cơ Đốc Nhân nói: "Ông là kẻ nói dối. Nhiều người đã chết ở nơi này. Khi chúng tôi gặp Đức Vua, chúng tôi sẽ nói với Ngài về sự giả dối của ông". Khi bốn cậu trai từ làng Ham Lợi đến, họ tin lời của Đê Ma. Họ đi đến mỏ bạc, khi nhìn vào thì trượt chân và rơi xuống dưới đáy.

Khi họ đi tiếp, con đường dẫn họ đến bên cạnh một con sông được gọi là Nước Sống. Cả hai cảm thấy rất vui. Họ uống nước tinh khiết từ con sông và ăn đủ thứ hoa quả. Họ nghỉ ngơi bên đường, linh hồn của họ được tươi tỉnh lại.

– Cơ Đốc Nhân nói: "Con đường của Đức Vua thường có khó khăn, nhưng ít người nếm biết được niềm vui như thế này".

– Hy Vọng nói: "Phải đấy! Niềm vui này còn quý hơn bạc vàng của Đê Ma hoặc là những thứ quý báu của Chợ Hư Hoa".

Đường hẹp nhanh chóng trở nên gồ ghề và lởm chởm đá. Cả hai chỉ muốn quay trở lại con đường vui vẻ bên dòng sông. Đôi chân của họ đau đớn vì chặng đường quá dài, họ thấy mệt và nản lòng.

Sau đó, họ thấy một đồng cỏ xanh mướt. Để đi tới đó, Cơ Đốc Nhân phải nhảy qua một hàng rào, Cơ Đốc Nhân nói: "Đi lối này".
– Hy Vọng nói: "Nhưng nếu đó là đường sai thì sao?"
– Cơ Đốc Nhân nói: "Không đâu! Tôi dám chắc điều này. Nó dẫn chúng ta tới chỗ con đường".

Khi trời tối, Cơ Đốc Nhân và Hy Vọng bị lạc. Hy Vọng nói: "Tôi không nên nghe lời cậu. Chúng ta nên đi trên con đường của Đức Vua".
– Cơ Đốc Nhân nói: "Hãy tha thứ cho tôi. Tôi đã sai khi rời khỏi con đường một lần nữa. Bây giờ tôi đã hiểu hơn rồi. Hãy quay lại thôi".

Nhưng trời mưa lớn đến nỗi ngập cả con đường. Cả hai không thể quay trở lại. Họ quyết định ngủ ở đó một đêm, run rẩy vì lạnh.

Họ không biết là đã nằm ngủ gần Lâu đài Hoài Nghi. Họ bị đánh thức vì tiếng la lớn: "Các ngươi đang làm gì ở trên đất của ta thế hả?"

Cơ Đốc Nhân hoảng sợ. "Chúng tôi là những lữ khách, chúng tôi đi lạc và chúng tôi không biết gì cả".

Gã khổng lồ tên là Tuyệt Vọng nói: "Không được bào chữa khi đã giẫm lên cỏ của ta!"

Hắn bắt cả hai đem về lâu đài của mình.

Gã khổng lồ quăng cả hai vào ngục tối dơ dáy. Họ nằm đó nhiều ngày mà không được ăn một vụn bánh mì hay uống một giọt nước nào cả. Họ ở xa gia đình và bạn bè, chẳng có ai giúp đỡ. Tệ hơn nữa là tên khổng lồ đánh đập cả hai. Hắn quát vào mặt hai người rằng: "Hai ngươi sẽ không thoát khỏi đây đâu! Các ngươi sẽ chết ở trong ngục, đừng hy vọng gì nữa. Không có lối thoát đâu".
– Cơ Đốc Nhân nói: "Tôi bỏ cuộc".

Nhưng Hy Vọng khích lệ cậu rằng: "Cậu hãy kiên nhẫn. Chúng ta phải chờ đợi và hy vọng. Có lẽ một ngày nào đó hắn ta sẽ quên khoá cửa ngục thì sao!"

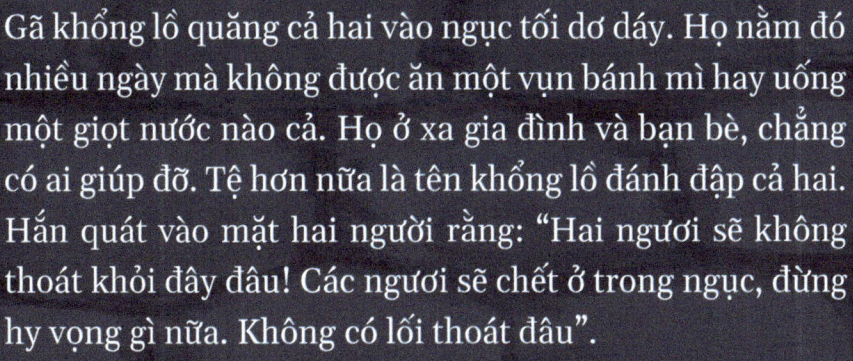

Cơ Đốc Nhân không chịu nổi. Cậu khóc lên: "Đây là lỗi của tôi. Tôi đã dẫn chúng ta đi khỏi con đường. Tôi đã thất bại nhiều lần, tôi không đáng là một lữ khách. Tôi không đáng vào Thiên Thành. Đức Vua sẽ không cho tôi vào đâu".

Nhưng Hy Vọng nói rằng: "Đức Vua rất giàu lòng thương xót. Ngài sẽ không bỏ rơi cậu đâu. Chúng ta sẽ sớm nhìn thấy Thiên Thành. Hãy nhớ cậu đã can đảm suốt chặng đường". A-pô-ly-ôn không thể giết cậu. Trũng Bóng Chết không thể làm cậu đổi ý. Đức Vua đã giúp cậu vượt qua những khó khăn đó mà. Cậu sẽ làm được một lần nữa".

Sáng sớm hôm sau, Cơ Đốc Nhân thức dậy và nói rằng: "Tôi thật là dại dột! Tại sao lại quên mất cái này chứ? Đức Vua đã cho tôi một chìa khoá gọi là Lời Hứa, nó nằm trong túi của tôi đây nè! Tôi chắc rằng chìa khoá sẽ mở được cổng Lâu đài Hoài Nghi".

Cơ Đốc Nhân cố gắng mở cửa và đã thành công. Cả hai cùng nhau đẩy cửa ra. Sau đó, họ còn mở được cánh cổng để ra khỏi lâu đài.

Gã khổng lồ đuổi theo họ. Nhưng khi đến gần để chộp lấy cả hai, mặt trời đã chiếu soi qua đám mây khiến hắn không còn thấy đường. Hắn ngã xuống đất thật mạnh.

Hai cậu bỏ chạy tới khi trở lại con đường của Đức Vua. Họ đặt một tấm biển cảnh báo người khác về Lâu đài Hoài Nghi. Họ nhảy qua hàng rào, cảm tạ Đức Vua đã giải cứu họ lần nữa. Cả hai tiếp tục đi trên đường hẹp của mình.

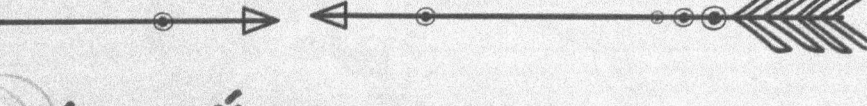

TÓM TẮT CHƯƠNG 8

Trong chương 8, Hy Vọng bắt đầu đi với Cơ Đốc Nhân. Họ gặp bốn người từ làng Ham Lợi. Nhưng bốn người này chỉ đi con đường của Đức Vua khi dễ dàng và dưới thời tiết tốt. Họ đại diện cho những kẻ theo Chúa để tìm phước hoặc lợi lộc của Chúa (2 Ti-mô-thê 4:10).

Vài người tin vào Cơ Đốc giáo vì họ nghĩ Đức Chúa Trời sẽ ban cho họ sức khoẻ, giàu có và hạnh phúc. Nhưng Chúa Jêsus phán rằng: "Nếu ai muốn theo ta, thì phải liều mình, vác thập tự giá mình mà theo ta. Vì ai muốn cứu sự sống mình thì sẽ mất, còn ai vì cớ ta mà mất sự sống thì sẽ được lại. Người nào nếu được cả thiên hạ mà mất linh hồn mình, thì có ích gì? Vậy thì người lấy chi mà đổi linh hồn mình lại?" (Ma-thi-ơ 16:24-26).

Hai người đã gặp gã khổng lồ tên là Tuyệt Vọng, hắn nhốt họ vào ngục tối. Điều này đại diện cho sự thất vọng mà Cơ Đốc nhân sẽ trải qua, có lúc chúng ta cảm thấy không thể nào vượt qua nổi vì hoàn cảnh quá khó khăn (2 Cô-rinh-tô 1:8).

Chìa khóa Lời Hứa tượng trưng cho những lời hứa của Đức Chúa Trời ở trong Kinh Thánh. Những lời hứa ấy có quyền phép để cứu chúng ta khỏi tuyệt vọng (Châm ngôn 4:20-22; Thi thiên 119:11).

Câu hỏi tìm hiểu câu chuyện ngụ ngôn:
1. Tại sao các cậu trai từ làng Ham Lợi muốn đi cùng Cơ Đốc Nhân và Hy Vọng?
2. Cơ Đốc Nhân và Hy Vọng thoát khỏi Lâu đài Hoài Nghi thế nào?

CHƯƠNG 9
NÚI LẠC SƠN

Các lữ khách nhí đến được núi Lạc Sơn. Họ thấy bốn người đàn ông đang chăn chiên.

– Hy Vọng hỏi họ là: "Những ngọn núi này của ai thế ạ?"
– Các ông chăn chiên đáp: "Chúng thuộc về Đức Vua. Đây là đất Em-ma-nu-ên".
– Cơ Đốc Nhân hỏi rằng: "Chúng ta có đang ở gần Thiên Thành không ạ? Đường đi có an toàn không?"
– Các ông chăn chiên đáp: "Con đường này an toàn cho người nào biết và yêu Đức Vua. Ngài dẫn lối và bảo vệ các lữ khách suốt cả đoạn đường đến Thiên Thành – giống như cách chúng tôi dẫn dắt và bảo vệ bầy chiên đang ở bên dòng nước bình tịnh và đồng cỏ xanh tươi đây này".

Các ông chăn chiên đưa Hy Vọng và Cơ Đốc Nhân lên đỉnh đồi gọi là Thanh Cảnh.

– Họ hỏi: "Các cậu có muốn nhìn thấy cổng của Thiên Thành không?"
– Cả hai đáp: "Dạ muốn lắm ạ!".

Các ông chăn chiên cho họ kính viễn vọng để quan sát. Họ nhìn thấy một thành phố tuyệt đẹp và vinh hiển đến nỗi mọi thứ khác đều lu mờ đi. Khi cả hai đi tiếp, các ông chăn chiên căn dặn rằng: "Hãy coi chừng tên Nịnh Hót, hắn sẽ cải trang và dẫn các cậu đi lạc đấy. Cũng hãy coi chừng đất Mê Khí, các cậu sẽ bị cám dỗ mà buồn ngủ ở đó".

Con đường liền bị chia thành hai lối. Họ nên đi đường nào đây? Sau đó, họ gặp một người mặc áo trắng nói rằng:

– "Hai cậu trông thật thông minh. Chắc là đã đi từ rất xa đến đây phải không?"

– Hy Vọng đáp: "Dạ, đường chúng tôi đi rất dài và khó khăn, nhiều người đã bỏ cuộc".

– Cơ Đốc Nhân nói thêm: "Tôi đã chiến đấu với A-pô-ly-ôn".

– Người này nói: "A-pô-ly-ôn! Bạn dũng cảm thật đấy! Chúng ta hãy đi chung với nhau. Tôi cũng đang trên đường đến Thiên Thành đây"

Họ đi theo hắn, nhưng không ngờ trên đường có một cái bẫy lưới đang chờ họ. Cái bẫy lưới túm lấy cả hai khiến họ không thể thoát ra được. Áo trắng của gã này để lộ ra bộ quần áo màu đen mà hắn đang mặc trên người.

– "Nịnh Hót!" hai cậu la lên.
– "Các ông chăn chiên đã cảnh báo chúng ta về ngươi!"

Tên Nịnh Hót chỉ cười phá lên và đi mất tăm. Nhưng Đức Vua đã sai một Thần Sáng đến phá bẫy lưới để thả tự do cho các cậu trai.

Quay lại con đường của Đức Vua, họ gặp một ông lão tên là Vô Tín.

– Họ hỏi: "Ông có thấy Thiên Thành không?"

– Vô Tín cười phá. "Các cậu thiếu hiểu biết ghê! Làm gì có Thiên Thành".

– Cơ Đốc Nhân nói: "Ý ông là sao?".

– Vô Tín đáp: "Ta đã tìm kiếm thành này hai mươi năm nay. Làm gì có mà tìm".

– Nhưng Hy Vọng nói với Cơ Đốc Nhân rằng: "Chúng ta đã thấy Thiên Thành! Chúng ta phải tiếp tục đi bằng đức tin. Đức Vua không bao giờ nói dối chúng ta".

– Cơ Đốc Nhân đồng ý: "Đúng vậy, ông này bị mù chân lý rồi. Đó là lý do ông không thấy được thành ấy!"

Cả hai đi đến một chỗ có bầu không khí làm họ thấy buồn ngủ.

– Hy Vọng nói: "Đánh một giấc cái đã. Đôi mắt của tôi muốn nhắm lại rồi đây".

– Cơ Đốc Nhân nói: "Hãy tỉnh thức! Các ông chăn chiên đã cảnh báo chúng ta về đất Mê Khí. Nếu chúng ta ngủ lại ở đây, chúng ta sẽ không bao giờ tỉnh dậy mất. Chúng ta hãy trò chuyện để giúp nhau tỉnh thức nhé".

– Hy Vọng nói: "Cậu nói đúng. Tôi quên mất lời cảnh báo của họ. Đúng là hai người tốt hơn một. Cảm ơn cậu đã đi cùng tôi. Đi một mình trên con đường này thật là nguy hiểm!"

Đi xa hơn, họ gặp một người đang lẽo đẽo theo sau lưng.

– Hy Vọng hỏi ông ta: "Tại sao ông lại đi một mình vậy? Hãy đi cùng chúng tôi".

Tên của người này là Vô Tri.

– Ông ta nói: "Tôi thích đi một mình trong khi nghĩ ngợi về cách tiến vào Thiên Thành. Trong lòng tôi tin rằng Thiên Thành là có thật và tôi tin điều lòng mình nói".

– Cơ Đốc Nhân hỏi: "Tại sao ông nghĩ Đức Vua sẽ cho ông vào?"

– Vô Tri đáp: "Vì tôi là người tốt bụng và ăn ở ngay lành".

– Cơ Đốc Nhân nói: "Nhưng đó không phải là những điều Đức Vua ghi ở trong sách của Ngài. Con đường duy nhất để vào Thiên Thành là tin nơi Con của Đức Vua và sự tha thứ của Ngài. Lòng của chúng ta rất là dối trá, chúng ta thường bị nó dẫn đi lạc. Chúng ta phải nhờ vào sự thương xót của Đức Vua mới vào được Thiên Thành".

– Vô Tri nói: "Không, tôi không đi lạc. Tôi sẽ tiếp tục đi đường của mình. Lòng tôi sẽ dẫn dắt tôi".

Thế là người này đi xa khỏi họ.

Sau đó, Cơ Đốc Nhân và Hy Vọng đến miền Bu-la. Không khí ở đây thật dễ chịu và trong lành, họ nghe thấy tiếng những chú chim hót líu lo. Ánh sáng rực rỡ của Thiên Thành giống như ánh mặt trời vàng hoe ở phía cuối đường chân trời. Họ biết mình đã ở cách xa những nơi tối tăm trên đường đi, vì Thiên Thành chiếu sáng khắp mọi nơi xung quanh.

TÓM TẮT CHƯƠNG 9

Trong chương 9, hai lữ khách gặp các ông chăn chiên, họ đại diện cho các mục sư Hội thánh để khuyên dỗ và dìu dắt Cơ Đốc nhân trên hành trình thuộc linh của họ. Các ông chăn chiên cũng là hình ảnh đại diện cho Chúa Jêsus, là Người chăn hiền lành, Chúa luôn chăm sóc chiên của Ngài (Giăng 10:11-18).

Các ông chăn chiên cảnh báo về tên Nịnh Hót và đất Mê Khí. Nịnh Hót là kẻ nói năng tử tế nhưng chỉ muốn giăng bẫy để lợi dụng chúng ta mà thôi: "Người nào dua nịnh kẻ lân cận mình, giăng lưới trước bước người" (Châm ngôn 29:5).

Hy Vọng gần như rơi vào giấc ngủ tại đất Mê Khí, nhưng Cơ Đốc Nhân giúp cậu tỉnh thức. Hết thảy Cơ Đốc nhân cần bạn bè đáng tin cậy để cảnh báo họ về sự biếng nhác trong đời sống thuộc linh (Truyền đạo 4:9-12).

Hai cậu trai cũng gặp Vô Tín và Vô Tri. Vô Tín là người không tin vào Đức Chúa Trời, là kẻ nói rằng không có thiên đàng hay địa ngục (Thi thiên 14:1). Vô Tri là đại diện cho người nào nghĩ rằng mình là công bình, không tin lời của Đức Vua hoặc không muốn đi theo đường lối của Đức Vua. Nhiều người nói họ là Cơ Đốc nhân, nhưng chỉ có người nào tin cậy Đức Vua mới là Cơ Đốc nhân thật (Ma thi ơ 7:22-23). Chúng ta không thể tin cậy tấm lòng của mình được – tấm lòng có thể dẫn chúng ta đi lạc. Chúng ta phải tin cậy vào Đức Chúa Trời và Lời Chúa (Giê-rê-mi 17:9).

Câu hỏi tìm hiểu câu chuyện ngụ ngôn:
1. Các ông chăn chiên đưa ra hai lời cảnh báo gì cho các lữ khách?
2. Tại sao Vô Tín không thể tìm thấy Thiên Thành?

CHƯƠNG 10
THIÊN THÀNH

Cuối cùng, các lữ khách đã nhìn thấy rõ Thiên Thành. Đó là một thành còn đẹp hơn cả tưởng tượng nữa. Thiên Thành tỏa sáng lung linh giống như cả thành được làm bằng những viên ngọc quý vậy. Đường phố và cầu thang được làm bằng vàng ròng. Từ chỗ này cả hai rất nóng lòng được vào Thiên Thành! Họ chạy dọc con đường với đầy hy vọng.

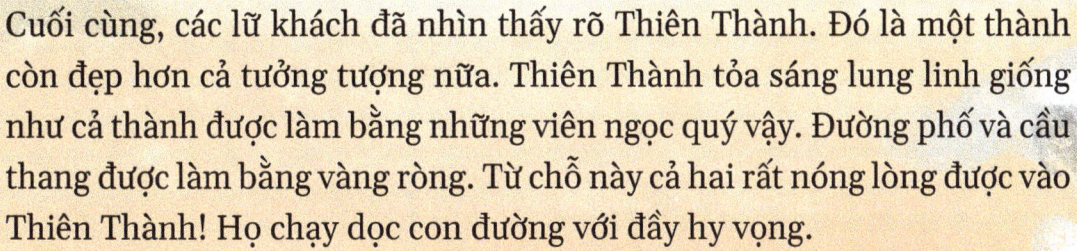

Nhưng con đường lại dẫn họ đến một con sông đen kịt gọi là Tử Hà. Họ tìm kiếm một con đường khác để vượt qua. Nhưng chẳng có đường nào khác cả.

– Cơ Đốc Nhân nói: "Con sông này sâu thật! Tôi không biết có lội qua được không".

– Hy Vọng nói: "Nhưng làm gì có đường nào khác vào Thiên Thành. Chúng ta phải lội qua thôi. Đức Vua luôn thành tín, chúng ta phải tin cậy Ngài lần nữa, cũng như trong mọi lúc".

Khi cả hai lội qua dòng nước, Cơ Đốc Nhân bắt đầu chìm xuống. Cậu gọi Hy Vọng: "Những con sóng đánh tôi! Tôi không thể trồi lên mặt nước!"

Hy Vọng giữ chặt Cơ Đốc Nhân. Cậu nói: "Tôi đụng được đáy nước rồi, nó rất chắc chắn. Hãy cố lên!"

– Cơ Đốc Nhân nói: "Tôi sắp chết rồi! Tôi sẽ không đến được Thiên Thành mất".

Cậu sợ hãi đến nỗi không thấy được ánh sáng của Thiên Thành. Hy Vọng lôi Cơ Đốc Nhân lên khỏi mặt nước.

– Hy Vọng nói: "Tôi thấy cánh cổng. Các thiên sứ đang chờ rước chúng ta vào kìa!"

– Cơ Đốc Nhân thở hổn hển nói với Hy Vọng: "Họ đang chờ cậu đấy. Đức Vua muốn tôi bị chìm ở đây rồi. Tôi là một đứa thiếu đức tin".

Sau đó, Cơ Đốc Nhân nhớ lại lời hứa của Đức Vua: "Khi con vượt qua các dòng nước, Ta sẽ ở cùng; Khi con lội qua sông, sẽ chẳng bị nước cuốn".

Cơ Đốc Nhân lấy lại sức. "Đúng thật, tôi chạm được đáy nước rồi! Cậu nói đúng, nó thật là chắc chắn. Coi kìa! Thiên Thành!"

Cả hai nhìn thấy hai Thần Sáng gọi họ đến gần cổng thành.

– Các Thần Sáng nói với họ: "Các cậu sẽ vào nơi Ba-ra-đi của Đức Vua, là nơi các cậu sẽ được ăn trái của cây sự sống. Các cậu sẽ được trò chuyện với Đức Vua cho đến đời đời và mãi mãi. Đó là nơi không còn buồn rầu, bệnh tật, đau khổ, hoặc sự chết nữa, vì mọi sự ấy đã qua rồi. Đức Vua sẽ yên ủi các cậu khỏi tất cả nhọc nhằn và ban cho các cậu niềm vui thay vì sự buồn rầu. Các cậu đã sống bằng đức tin, bây giờ các cậu sẽ được thấy mọi điều khao khát bấy lâu nay".

Các lữ khách rất vui! Họ nhanh chóng chạy lên các bậc cầu thang. Họ không còn thấy mệt nữa, mặc dù chặng đường khá dài. Không lâu sau, họ lên cao hơn các tầng mây. Lúc này, tất cả khó khăn mà họ đã gặp trên đường đều trở nên nhỏ bé.

– Cơ Đốc Nhân nói: "Tôi đọc thấy điều này ở trong quyển sách. Bây giờ thì tôi đã nhìn thấy tận mắt. Đức Vua đã hứa nơi đây sẽ tuyệt vời hơn cả trần thế".

Cơ Đốc Nhân và Hy Vọng tiến vào cổng thành. Hàng ngàn người ra chào đón họ, tất cả đều ca hát, tươi cười và nhảy múa. Cả hai nghe thấy những bài hát tuyệt vời. Họ cảm thấy thiên đàng ở ngay bên cạnh mình.
– Cả hai nói: "Chúng ta làm được rồi! Chúng ta đã đến nơi!"
– "Những lữ khách này đến từ Thành Hủy Diệt vì họ kính mến Đức Vua. Chào mừng, chào mừng! Các cậu đã nhận được vinh hiển đời đời!"

Các lữ khách đã chuyển những cuộn giấy cho các Thần Sáng và đi qua cánh cổng một cách vui vẻ.

Đức Vua cũng ra đón hai lữ khách nhí. Tay Ngài rộng mở rồi phán với cả hai rằng: "Tốt lắm, con cái trung tín của ta. Hành trình của các con thật là dài, nhưng các con đã đến nơi rồi. Chúng ta đã chờ đợi các con, Ta đã sắm sẵn một chỗ cho các con. Hãy vào chung vui ở trong thành của ta!" Cơ Đốc Nhân và Hy Vọng chạy ùa vào vòng tay của Đức Vua. Cuối cùng, họ đã về tới nhà.

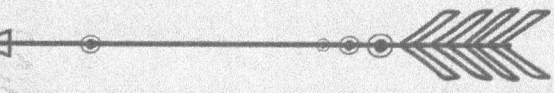

TÓM TẮT CHƯƠNG 10

Trong chương 10, các lữ khác đối diện với một thử thách khi họ vượt qua Tử Hà. Cơ Đốc Nhân sợ hãi, còn Hy Vọng khích lệ cậu. Sợ cái chết là điều bình thường, nhưng chúng ta cần nhớ đến lời hứa mà Đức Chúa Trời đã dành cho người nào tin nơi Chúa Jêsus (2 Ti-mô-thê 1:10; Hê-bơ-rơ 2:1415).

Cơ Đốc Nhân gặp khó khăn ở trên dòng sông, thậm chí cậu nghi ngờ không biết có đến được Thiên Thành hay không. Nhưng trong lúc tuyệt vọng, Hy Vọng ở bên cạnh để khích lệ cậu (1 Tê-sa-lô-ni-ca 4:16-18).

Hãy nhớ đến lời hứa của Đức Vua, hai cậu trai vượt qua và được dẫn vào Thiên Thành. Họ bỏ lại sau lưng tất cả buồn rầu và khó khăn của hành trình để bước vào lâu đài của Đức Vua bằng niềm vui và sự nhẹ nhõm.

Các thiên sứ nhắc hai cậu nhớ rằng niềm vui đang chờ đợi họ, đó cũng chính là niềm vui đã được hứa ban cho hết thảy người nào tin nơi Chúa Jêsus. Mặc dù cuộc đời của chúng ta là một hành trình khó khăn và rất dài, nhưng không gì sánh bằng niềm vui đang chờ đợi chúng ta (Khải huyền 21:1-5; 2 Cô-rinh-tô 4:16-18).

Câu chuyện kết thúc khi họ được ở trong vòng tay của Đức Vua. Mặc dù thiên quốc sẽ tuyệt vời hơn trần gian, nhưng điều lớn nhất là nhận biết và mừng vui với Đức Vua (Giăng 14:2-3).

Câu hỏi tìm hiểu câu chuyện ngụ ngôn:
1. Hy Vọng giúp Cơ Đốc Nhân vượt qua Tử Hà như thế nào?
2. Các Thần Sáng nói gì với hai cậu về Thiên Thành?

"Một ngày nào đó, khó nhọc của tôi sẽ không còn. Tôi sẽ thấy Chúa là Đấng đã đội mão gai và bị khinh dể vì tôi. Tôi đã từng sống bằng đức tin và lời đồn; nhưng bây giờ tôi sẽ sống bằng mắt thấy và sẽ vui mừng ở với Ngài; xin hãy tiếp tôi, vì tôi đến cùng Chúa đây".

JOHN BUNYAN (1628 - 1688)

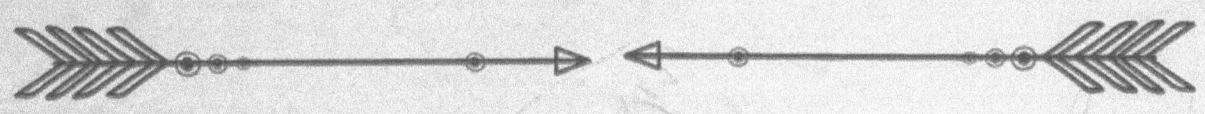

LỜI KẾT

Vậy là chúng ta đã đọc xong Thiên lộ Lịch trình của Cơ Đốc nhí rồi. Nhưng thiên trình của chúng ta chỉ mới bắt đầu mà thôi. Bạn cũng có thể là một lữ khách nhí đấy nhé! Sẽ có nhiều khó khăn trên đường đi, bạn sẽ đối diện với mấy gã khổng lồ và con rồng. Nhưng Đức Vua sẽ luôn ở cùng bạn.

Khi bạn đóng sách lại, chúng tôi hy vọng bạn sẽ nhớ ba bài học sau đây:

1. *Hãy tin vào gươm của Đức Vua* – Chúa đã ban cho chúng ta Kinh Thánh là bức thư tuyệt vời của Ngài, để trang bị và dẫn dắt chúng ta trên thiên trình. Chúng ta bắt đầu thiên trình của mình bằng cách tin vào những điều Chúa phán về chúng ta – chúng ta là tội nhân và chúng ta cần một Cứu Chúa. Chỉ có Chúa Jêsus mới cất bỏ gánh nặng của bạn và mặc sự công bình của Ngài cho bạn (Rô-ma 3:23 và 6:23).

2. *Hãy đi theo con đường của Đức Vua* – Luôn đi trên đường hẹp. Nhiều người sẽ lôi kéo bạn vào đường rộng, có vẻ dễ dàng hơn, nhưng Chúa đã hứa ban phần thưởng rất lớn cho hết thảy những người trừ bỏ tội lỗi và đi theo Ngài (Ma-thi-ơ 25:34).

3. *Hãy tìm kiếm thành của Đức Vua* – Cơ Đốc nhân có thể trông chờ một thiên thành còn lớn hơn chúng ta tưởng nữa đấy. Chúa đang sắm sẵn một chỗ cho chúng ta để sống vui mừng đời đời. Chúng ta sẽ ở với Ngài đời đời và mãi mãi, sống trong sự tốt lành của Ngài cùng với mọi người yêu mến Chúa. Đừng mất hy vọng nhé (Hê-bơ-rơ 11:13-16)!

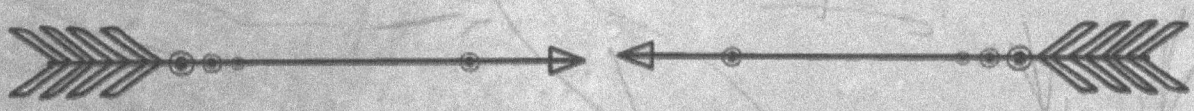

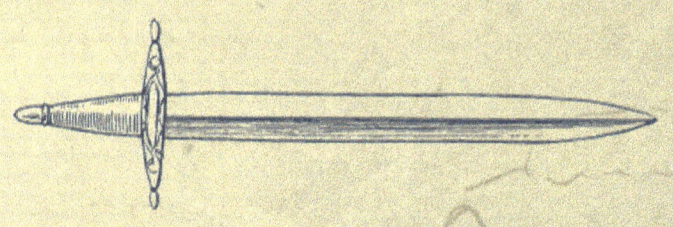

NHỚ LẠI CHƯƠNG 1

Hiểu rõ chuyện ngụ ngôn:

1. Tại sao Cơ Đốc Nhân có một gánh nặng mang trên lưng?
2. Quyển sách của Cơ Đốc Nhân nói gì với cậu?
3. Anh chị em của Cơ Đốc Nhân phản ứng với thông điệp của cậu như thế nào?
4. Ông Truyền Đạo nói gì với Cơ Đốc Nhân? Cậu phản ứng ra sao?
5. Tại sao Cố Chấp không cho Cơ Đốc Nhân đi? Tại sao cậu ta không đi cùng?

Áp dụng Chân lý:

1. Tại sao tội lỗi là gánh nặng? (Thi thiên 38:4)
2. Tin vào Kinh Thánh có nghĩa là gì? (Hê-bơ-rơ 11:1-2)
3. Bạn cảm thấy thế nào nếu bạn bè hoặc người thân nhạo cười vào niềm tin nơi Chúa Jêsus của bạn? (Ma-thi-ơ 5:11-13)

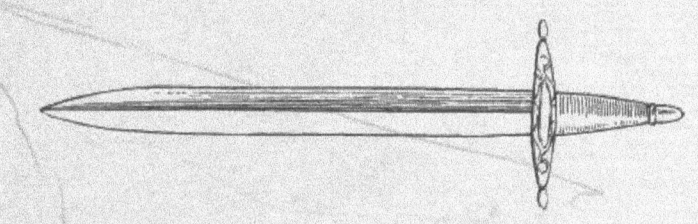

NHỚ LẠI CHƯƠNG 2

Hiểu rõ chuyện ngụ ngôn:
1. Tại sao Ba Phải hồ hởi muốn đi cùng Cơ Đốc Nhân?
2. Chuyện gì xảy ra khi Ba Phải rơi vào Vũng Lầy?
3. Cơ Đốc Nhân thoát ra khỏi Vũng Lầy như thế nào?
4. Trần Thế Khôn nói gì với Cơ Đốc Nhân? Lời khuyên này tốt hay xấu?
5. Tại sao Cơ Đốc Nhân nghe lời Trần Thế Khôn? Chuyện gì xảy ra khi cậu làm theo lời khuyên của Trần Thế Khôn?

Áp dụng Chân lý:
1. Đọc Mác 4:1-20. Chúa Jêsus dạy chúng ta về cách mọi người đáp ứng với Phúc Âm trong Kinh Thánh như thế nào?
2. Chúng ta phải lắng nghe có chọn lọc như thế nào? Làm sao biết người nào nói ra lẽ thật? (Hê-bơ-rơ 4:12)
3. Tại sao nhiều người tin rằng họ có thể cất bỏ gánh nặng tội lỗi bằng cách làm việc lành? Chúng ta có thể cất bỏ gánh nặng tội lỗi ở đâu? (1 Phi-e-rơ 2:24)

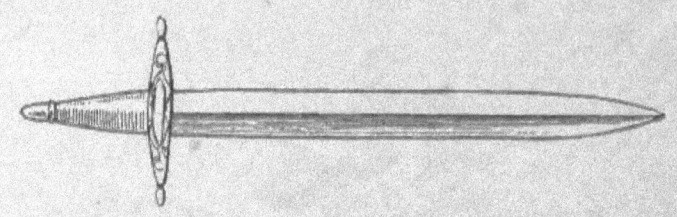

NHỚ LẠI CHƯƠNG 3

Hiểu rõ chuyện ngụ ngôn:

1. Cơ Đốc Nhân bận một cái giẻ rách rất dơ dáy. Tại sao Thiện Tâm vẫn cho cậu vào nhà?
2. Cơ Đốc Nhân có bị lạc trên đường hẹp không?
3. Tại sao Thiện Tâm muốn Cơ Đốc Nhân gặp Bác Thông Thái?
4. Bác Thông Thái đã dạy Cơ Đốc Nhân những bài học gì?
5. Tại sao Nhân Dục không kiên nhẫn chờ nhận quà của mình? Điều này có nghĩa là gì?

Áp dụng Chân lý:

1. Chúa Jêsus có đón nhận tội nhân đáng chết không? Có phải ai cũng vào cửa hẹp được phải không? (Ma-thi-ơ 11:28-30)
2. Tại sao đường hẹp lại khó đi như vậy? (Lu-ca 9:23)
3. Tầm quan trọng của việc có những giáo sư Kinh Thánh tốt là gì? (Ê-phê-sô 4:14)

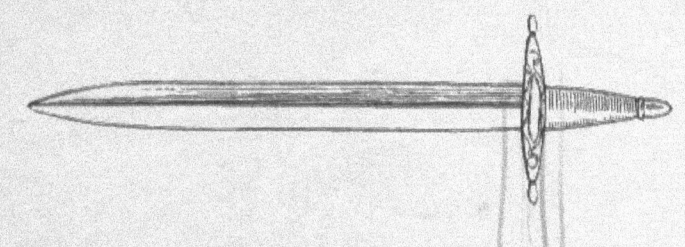

NHỚ LẠI CHƯƠNG 4

Hiểu rõ chuyện ngụ ngôn:
1. Tại sao Cơ Đốc Nhân nóng lòng đến Nơi Giải Cứu như vậy?
2. Chuyện gì xảy ra khi Cơ Đốc Nhân nhìn thấy cây thập tự?
3. Ba Thần Sáng cho Cơ Đốc Nhân cái gì?
4. Biếng Nhác, Thiển Cận và Tự Cao nói với Cơ Đốc Nhân như thế nào?
5. Tại sao Trọng Nghi và Giả Hình leo vào tường Cứu Rỗi? Họ đã làm sai điều gì?

Áp dụng Chân lý:
1. Chúng ta được tự do khỏi gánh nặng tội lỗi như thế nào? Chúng ta sẽ làm gì nếu còn bị mặc cảm tội lỗi? (1 Giăng 1:9)
2. Tại sao thập tự giá là chỗ duy nhất để trút bỏ gánh nặng? Cơ Đốc nhân được ban cho quần áo mới có nghĩa là gì? (Ê-sai 61:10)
3. Trở thành một kẻ giả hình có nghĩa là gì? Tại sao điều này là một nan đề (Ma-thi-ơ 15:7-9)

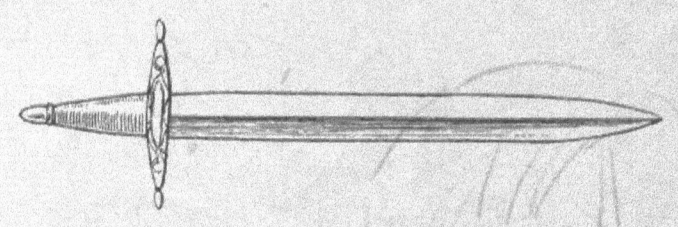

NHỚ LẠI CHƯƠNG 5

Hiểu rõ chuyện ngụ ngôn:

1. Tại sao Cơ Đốc Nhân muốn leo lên Đồi Gian Nan?
2. Cơ Đốc Nhân ngủ say có gì sai?
3. Tại sao Nhát Gan và Hoài Nghi bỏ chạy khi thấy mấy con sư tử?
4. Cơ Đốc Nhân đánh mất cuộn giấy như thế nào? Cậu cảm thấy thế nào khi tìm được cuộn giấy?
5. Cẩn Thận, Kỉnh Kiền, Hiếu Thảo và Từ Tâm làm gì để giúp Cơ Đốc Nhân?

Áp dụng Chân lý:

1. Cuộc sống của chúng ta có dễ dàng hoặc khó khăn hơn sau khi tin Chúa không? (2 Ti-mô-thê 3:12)
2. Chúng ta phải làm sao để vượt qua sự lười biếng? (Châm ngôn 6:6-11)
3. Sinh hoạt thường xuyên với Hội thánh quan trọng như thế nào? Chúng ta thiếu điều gì nếu không sinh hoạt với Hội thánh? (Hê-bơ-rơ 10:25)

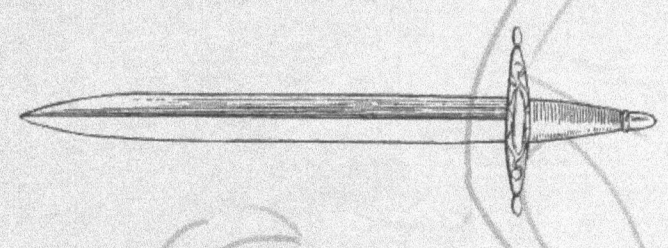

NHỚ LẠI CHƯƠNG 6

Hiểu rõ chuyện ngụ ngôn:
1. A-pô-ly-ôn nói gì để làm nản lòng Cơ Đốc Nhân?
2. Cơ Đốc Nhân đánh bại A-pô-ly-ôn như thế nào?
3. Tại sao Cơ Đốc Nhân vào Trũng Bóng Chết?
4. Cơ Đốc Nhân đã nghe thấy điều gì qua tiếng thì thầm bên tai trong Trũng Bóng Chết?
5. Cơ Đốc Nhân vượt qua Trũng Bóng Chết như thế nào?

Áp dụng Chân lý:
1. Tại sao Kinh Thánh gọi quỷ Sa-tan là kẻ kiện cáo? Chúng ta đánh bại những lời dối trá của hắn như thế nào? (Khải huyền 12:10-11)
2. Mão cứu chuộc, thuẫn đức tin và gươm Thánh Linh đại diện cho điều gì? (Ê-phê-sô 6:10-20)
3. Bạn hay sợ những điều gì? Bạn làm gì khi cảm thấy sợ hãi? (Thi thiên 56)

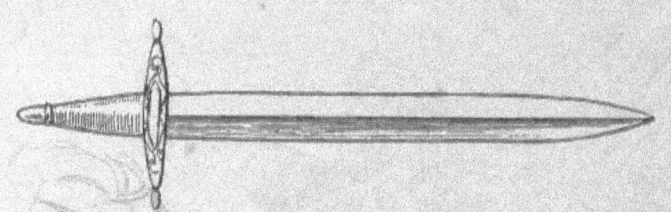

NHỚ LẠI CHƯƠNG 7

Hiểu rõ chuyện ngụ ngôn:
1. Tại sao Trung Tín rời bỏ Thành Hủy Diệt?
2. Nan đề của Đa Ngôn là gì? Tại sao cậu ta ở lại đằng sau?
3. Tại sao ông Truyền Đạo lại cảnh báo các lữ khách về Chợ Hư Hoa?
4. Tại sao các lái buôn nổi giận với Trung Tín? Chuyện gì đã xảy ra với Trung Tín?
5. Hy Vọng đã được thôi thúc như thế nào để đi cùng Cơ Đốc Nhân?

Áp dụng Chân lý:
1. Phân đoạn 1 Giăng 2:15-17 có nghĩa là gì?
2. Chúng ta chiến thắng những khao khát bất khiết về của cải, khoái lạc hoặc danh vọng như thế nào? (Cô-lô-se 3:1-5)
3. Tại sao Chúa Jêsus phán với chúng ta hãy chất chứa của cải ở Thiên Quốc? (Ma-thi-ơ 6:19-21)

NHỚ LẠI CHƯƠNG 8

Hiểu rõ chuyện ngụ ngôn:
1. Tại sao bốn cậu trai từ Làng Ham Lợi từ chối đi cùng các lữ khách nhí?
2. Đê Ma đã làm gì để lừa gạt Cơ Đốc Nhân và Hy Vọng?
3. Tại sao Cơ Đốc Nhân nhảy qua hàng rào để lìa bỏ đường hẹp?
4. Tên khổng lồ Tuyệt Vọng đã làm gì với các lữ khách nhí?
5. Hy Vọng đã nâng đỡ Cơ Đốc Nhân ra sao? Họ thoát khỏi Lâu đài Hoài Nghi như thế nào?

Áp dụng Chân lý:
1. Nếu chúng ta đi theo Chúa, chúng ta sẽ luôn vui mừng, khoẻ mạnh và giàu có phải không? Vấn đề của những người chỉ muốn đi theo Chúa để được của cải đời này là gì?
2. Chúng ta nên làm gì khi đường hẹp trở nên khó khăn? (Hê-bơ-rơ 12:1-2)
3. Cơ Đốc nhân có thể đối diện với những lúc nản lòng và tuyệt vọng. Chúa đã ban điều gì để giúp đỡ chúng ta? (Thi thiên 42)

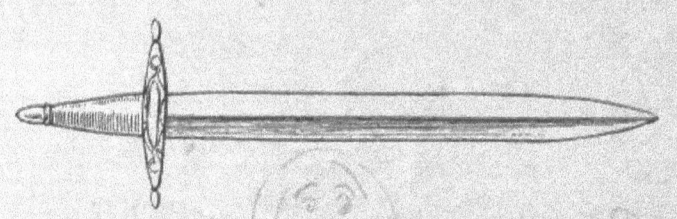

NHỚ LẠI CHƯƠNG 9

Hiểu rõ chuyện ngụ ngôn:
1. Hai lời cảnh báo mà các người chăn nói với Cơ Đốc Nhân và Hy Vọng là gì?
2. Nịnh Hót đã lừa gạt các lữ khách đi sai lạc như thế nào?
3. Tại sao Vô Tín nói với các lữ khách rằng Thiên Thành không có thật?
4. Hy Vọng đã vượt qua đất Mê Khí như thế nào?
5. Vô Tri bị vấn đề gì? Ông ta tin cậy điều gì?

Áp dụng Chân lý:
1. Tại sao Chúa phán với chúng ta hãy học tập và lắng nghe các mục sư và lãnh đạo tin kính? Điều này cứu chúng ta thoát khỏi sai lầm như thế nào? (Hê-bơ-rơ 13:17)
2. Chúng ta nên phản ứng như thế nào khi có người nói họ không tin Chúa, Kinh Thánh, hoặc Thiên Quốc? (2 Cô-rinh-tô 4:4; Cô-lô-se 4:6)
3. Tầm quan trọng của tình bạn tốt đẹp trong đời sống Cơ Đốc là gì? (Ê-phê-sô 4:9-12)

NHỚ LẠI CHƯƠNG 10

Hiểu rõ chuyện ngụ ngôn:
1. Thiên Thành trông như thế nào?
2. Tại sao Cơ Đốc Nhân sợ Tử Hà? Cậu ta đã vượt qua như thế nào?
3. Các Thần Sáng nói với Cơ Đốc Nhân và Hy Vọng điều gì về thành của Đức Vua?
4. Các lữ khách nhí cảm thấy thế nào khi họ bước vào Thiên Thành?
5. Đức Vua phán gì với các lữ khách?

Áp dụng Chân lý:
1. Chúng ta nên làm gì khi sợ cái chết? Lời hứa của Chúa giúp chúng ta can đảm hơn như thế nào? (Hê-bơ-rơ 2:14-15)
2. Bạn có thấy Kinh Thánh nói về trời mới và đất mới chưa? Bạn có thể đọc ở trong Khải huyền 21.
3. Chúa đã sắm sẵn điều tốt nhất cho con cái của Ngài ở trong đất mới là gì? (Khải huyền 22:3-5)

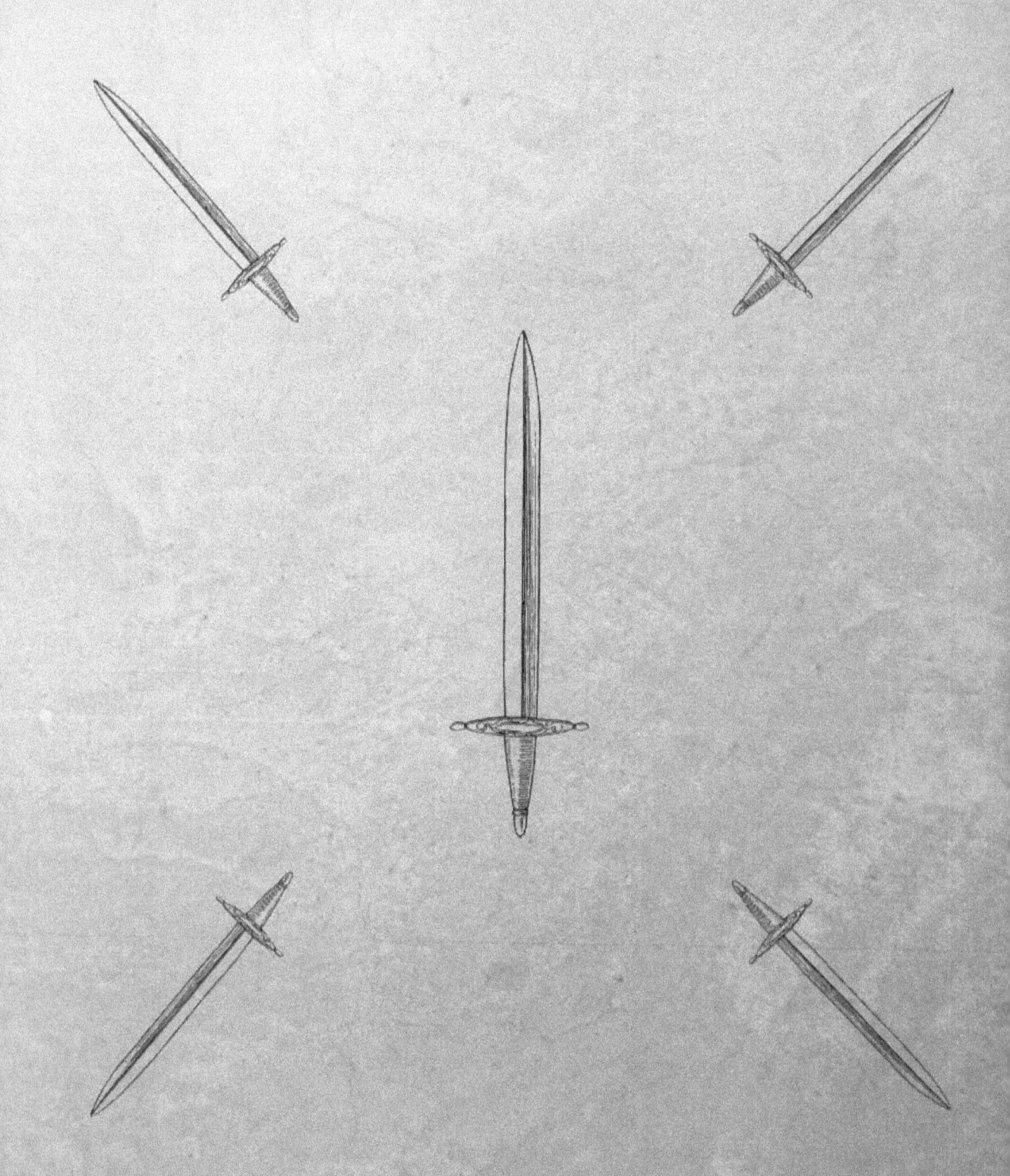

www.ingramcontent.com/pod-product-compliance
Lightning Source LLC
Chambersburg PA
CBHW061350010526
44107CB00011B/897